சிவ தமிழ்

உதயகுமார் காங்கேசந்துறை

பொருளடக்கம்

பொருளடக்கம்

பொருளடக்கம்

பொருளடக்கம்

பொருளடக்கம்

பொருளடக்கம்

பொருளடக்கம்

பொருளடக்கம்

பொருளடக்கம்

பொருளடக்கம்

பொருளடக்கம்

முகவுரை

ஐயா திரு உதயகுமார் அவர்கள் இலங்கையில் உள்ள காங்கேசன்துறையில் பிறந்து தற்போது டொய்ச் மொழி பேசும் தம் மனைவி திருமதி. கிளவ்டியா றைகன்பஹ் அம்மையாருடன் ஜெர்மனியில் வசித்து வருகிறார். இவர்களுக்கு கல்லூரி படிப்பை முடித்த வயதில் ஒரு மகளும், ஒரு மகனும் உள்ளனர்.

இவர் கருத்தாழமிக்க பல ஆன்மீக தேவார பாடல்களையும், ஞானம், காதல், குடும்பம் மற்றும் பல வாழ்வியல் சார்ந்த கவிதைகளையும் எழுதியுள்ளார். ஆயிரத்திற்கும் மேற்பட்ட கவிதைகளை எழுதியுள்ள போதிலும் இவர் தன்னை அங்கீகாரப்படுத்தி கொள்வதில் சிறிதும் ஆர்வமில்லாதவராக இருக்கிறார். மேலும் இவர் தம் வாழ்க்கையின் ஊடே பல அதிசயங்களையும் சித்துக்களையும் கண்டு அறிந்திருந்த போதிலும் தனெக்கென எந்த அடையாளமும் வந்து விடாதபடி சிரத்தையுடன் தமது சராசரி குடும்ப வாழ்க்கையில் இருந்து வருகிறார்.

இந்த புத்தகத்தில் தொகுக்கப்பட்டுள்ள கடவுள் வாழ்த்து பாடல்கள் இவர் தியான நிலையிலிருக்கும் போது அருளப்பட்டவையாதலால், தாம் இப்பாடல்களின் ஆசிரியராக அறியப்படுவதைவிட இப்பாடல்களை தம் கடவுளின் ஒரு உருவமாக அறிமுகப்படுத்துவதிலேயே பெருமை கொள்கிறார். இத்தனை சிறப்பான பாடல்களை எழுதிவிட்டு ஒருவர் இவ்வளவு வருடம் எளிமையாக இந்த உலகில் நமது சமகாலத்தில் வாழ்ந்து வருகிறார் என்பதே வியப்பும், பெருமையும்

கொள்ளச்செய்கிறது.

இப்புத்தகத்தின் ஒரு பாடலில் உள்ள பின்வரும் வரிகளை கொண்டே முறையே இப்பாடல்களையும், இதன் ஆசிரியரையும் அலங்கரிப்பது பொருத்தமாக இருக்கும் என்று நினைக்கிறேன்.

> *"திரை மூடி ஒரு விளக்கு*
> *அகல் தூண்ட அகரமோ*
> *கறை நீக்கி கண்வழி*
> *காண்பதென்ன கடவுளோ"*

நன்றி.

ராஜசேகர் தனக்கோடி
udhayakumar.books@gmail.com

1. காப்பு

சித்தெனத் தலையிலே சிதறிய பரம் காப்பு
சீறிய பாம்பும் சிரசிலே காப்பு
முத்தெனச் சுடர் விடும் தீ காப்பு
மூச்சென்ற வாயுவும் முதல் காப்பு
வானமும் வழிவிட வந்த காப்பு
பூமியும் இருந்திடப் புரிந்த காப்பு
பரந்த கடலுடன் இணைந்த நீர் காப்பு
பரந்து ஆகி நின்ற பரந்தாமன் காப்பு

2. மூத்த விநாயகன்

மாசறு மதி நின்ற மங்கள ஜோதியாம்
ஐந்து கரத்தனின் அடி நின்ற ஆதியாம்
சொல் நின்று பிடித்தனின் சுடரொளியாம்
சூழ நின்ற வினை தீர்ந்து தெளிந்ததாம்
மூத்த விநாயகன் முடி பாதம் வணங்கவே
முடிந்த நீறில் ஞானம் படிந்து நின்றதுவே
மருத மர தான்தோன்றீஸ்வரக்கோன்
கூத்திய வத்தை அமர்ந்த குடி முடியானே
கொல்லேன் என் குணமெல்லாம்
கொள்ளேன் உனை மறந்துறக்கமே
தும்பிக்கையான் புகழ் ஓங்கவே போற்றி போற்றி
விண்ணின் மைந்தா உன் சுடரைந்தும் போற்றி

3. பிள்ளையானே

பிழை யாவும் பொறுத்தருள்வாய் பிள்ளையானே
பிறை யேந்தி நூலுடன் வேதம் தந்த யானே
பிடித்த சாணம் அறுகம் புல்லில் நின்ற ஓமே
பருத்த வாறே படைத்து நின்ற பதியின் கோவே

எழுந்த வாறே உணர்ந்து நின்ற எழுத்தின் சுழியே
எடுத்த கருமம் காக்க வேணும் என்னில் நின்றே
சுழன்ற வாறு சுத்துகின்ற சுடரின் கருவே
அச்சுதன் அகன்ற வாறு ஆடுகின்ற அம்மை மகனே

கற்ற தாறு காட்டுகின்ற கதியின் குருவே
பெற்ற வாறு பிதற்றுகின்ற பிள்ளைத் தமிழே
முற்ற தாறு மூட்டுகின்ற முதன்மை கணபதியே
கணங்களாகி காட்டுகின்ற காட்சி தனியே

அம்மை அப்பன் சுற்றி பெற்று வந்த பழமும்நீயே
அகரம் எடுத்துவந்து உதைத்து நின்ற உலகம் நீயே
உகரம் மகரம் எழுதி வந்து எழுந்த பதியே
சிகரக் காட்டில் உயர நின்ற எழுத்தும் நீயே

சிலம்பணிந்து மீட்டுகின்ற இசையும் நீயே
சிவனும் பெற்ற மகனுமான பெருமை நீயே

குலம் பணிந்து போற்றுகின்ற குருவும் நீயே
பரம் படைத்து சிரம் உடைத்த சித்தன் நீயே

உன்னை வணங்கி நின்ற உயிர்க்கு நீ ஈஸ்வரனே
என்னை எழுத வைத்து காத்து நின்ற கங்கை நீயே
முன்னை வந்து மூண்டு நின்ற முத்தமிழே
நின் பின்னை வந்து பிடித்துக் கண்ட பிரணவமே

சொல்லை ஊன்றி சோதி கண்ட தன்னை அறிதவமே
அன்னை ஊட்டி அறிவளந்த அம்மை அப்பனே
பிள்ளை போற்றி பெரிதகன்ற பிறையை ஏந்தியவனே
தந்தம் கொண்டு தமிழுரைத்த தந்தை நீ வேந்தனே

சிந்தை மூண்டு சிவபுரம் மேவிய சித்த அரசனே
விந்தை உண்டு நாதம் கண்ணில் வினையும் தீர்ப்பவனே
அகந்தை அழித்து அகத்தை தந்த அகில சூரனே
அமரர் யாவும் போற்றுகின்ற ஆதி பகவனே

என் அகந்தை யாவும் அழித்தருளும் ஆனை முகத்தனே
நின் அகண்ட பாதம் குனிந்து நின்றோம் தந்து அருளுமே
பிழைகள் யாவும் பொறுத்தருளி பிறப்பு நீக்குமே
நலன்கள் யாவும் நன்றருளும் நான்முகனே சரணம்

4. திருவே போற்றி

ஆயிரமுண்மை யறிய அரிய பிறப்பு ஏன்
ஹரியே காரியக் கூத்தாடினாலும் கதி நீ
காக்க வருள்வாய் கணபதியே கனியே
யுண்ணக் கண்வழி ஞானம் தருவாய் தயாபரனே
தேய்ந்து வளரு மொரு பிறை தேயா
தனியொளி தன்னை ஒத்த தடாகமெங்கே
மூழ்கிக் கரைக்கவொரு மூவேதக் கடலில்
மூச்சையடக்கா முக்தி தருவாய் முதல்
முடிவின் தெளிவே திருவே போற்றி

5. அற்புத ஜோதி

எண்ணிய பொருளெல்லாம்
உள் நின்றான்
எனை ஏற்பது எனதறிந்து
விடை தந்தான்

கண்ணிய மனதென்ற
கள்வன் அவன்
கண் மணிக்குள்
எனைப்பறித்து கருவானான்

அருவம் உருவம் இல்லா
அற்புத ஜோதி அவன்
அம்பலத்தில் ஆடும்
அவதாரப்பொருள் ஆனான்

முத்தொழில் புரியும்
முன் பிறப்பவன்
ஆதியில் உலகு நின்ற
அணுவின் கரு அவன்

எத்திசை நோக்கிலும்
எனை ஏந்தும் கரம் அவன்

அத்திசை அருள்வான்
அளவிலா ஆனந்தமெல்லாம்

எப்பொருள் ஆன
முப்பொருள் தத்துவம்
எனைக்கடந்து நிற்குமோ
பிறவி கரைத்து நாளும்

கற்றவர் போற்றவர் விண்ணவர்
மற்றவர் எல்லார்க்கும் அன்பவர்
சித்தமும் ஆன நித்தப்பொருளவர்
சிரசினில் குதித்தொரு நடனம் புரிபவர்

கட்டி இழுத்தொரு கனவினைப் பூட்டினேன்
சட்டி உடையுமுன் சரணமும் ஆகினேன்
போற்று அவன் புகழ் போற்றி போற்றி
பொன் பொருள் என்ன பொருள்
உன் பொருள் வேண்டு போற்றி போற்றி

6. மாசற்ற ஜோதி

பொன்னான் மேனியில் பூச்சூடல் தகுமோ
இன்னான் இவனென்ற இரங்கும் குணமோ
மன்னன் இவனென மணிமகுடம் தகுமே
மாசற்ற ஜோதியின் மதி முன் அறிவே
கள்ளன் இவன் என்னைக் கன்னம் வைக்க வரானே
கையில் உடுக்கேந்தி கண்ட கதை சொல்வானே
தன்னை உணர்ந்து விட தரணியில் ஏதுமில்லை
அவனைப் பணிந்து விட அவனியில் அவன் உயர்வே
மின்னல் மிடுக்கெடுத்து மிஞ்சி நின்ற பொற்பதமே
மெய் கண்டார் ஞானமெல்லாம் உண்ட பரம்பொருளே
கற்றுக் கடங்கா காணா கருப் பொருளே
சிரம் பணிந்தார் வாழ்வெல்லாம் சிறக்கும் செந்தமிழே
சிரசான் சிலம்போடு சிவமாகி ஆடுவனே
பலதான் உருவாகி உடம்போடு ஒட்டினானே
குணமேதும் அறியா குழந்தை மனம் கொண்டான்
கும்பிடக் கும்பிட கூப்பிய முனை சொன்னான்
தரி கிடத் தரிகிடத் தத்துவ வேதமே
பருகிடப் பருகிட பார் ஆளும் பறுவமே
பற்றிடப் பற்றிட பற்றி எரி தீபமே
பரஞ்சோதி வாழப் பற்றிடு அவன் வேதமே

7. அழியா ஜோதி

அன்பெனும் சுடர்விளக்காய் அசையும் கருவோ
ஆதியின் ஒரு சுடராய் ஒளிர்ந்த உருவோ
மண்ணிலும் விண்ணிலும் மறையா ஒளியோ
மானிடம் மேவ நல்ல கருணைக் கடலோ

அருவும் உருவுமற்ற அழியா ஜோதியா
ஆணென பெண்ணென ஆகி நிக்கும் சிவமா
ஆடலே பொருள் என அறியவைக்கும் வேதமா
நானென நீயென நாடாத ஆணவம் இல்லையே

நர்த்தனம் நேசமும் நடுவினில் நின்றதே
அற்புதன் அவன் முகம் காண்பது அற்புதம்
பொற்பதம் தொழுவது பேரின்ப நிலையே
இகம் பரத்தில் இதுபோல் உயர்ந்தது இல்லையே

பிடியடா அவன் பாதம் பிடிசாம்பல் ஆகுமுன்
மதியடா மதி முகம் குதியடா இன்றே குதூகலம்
உணரடா நோக்கடா உள்ளுக்குள் அவனடா
உத்தமனுக்கில்லையே அடியும் முடியும்

8. நாத ஜோதி

கூறு கொண்டது பின்னிப்பிணையுமோ
கூடு மறந்து கும்பிடச் சேருமோ
நாடி ஒடுங்கி நடுவில் நிற்குமோ
நாடிச் சேர்ந்து பாடிப் புனையுமோ
நற்றவா உன் நாமம் நான் மறப்பேனோ
பெற்றவா நீ இப் பிள்ளையை மறப்பியோ
உற்றவா உன்னடி சேர உழண்டு கிடந்தேனே
உண்மையிலன்பு மெய்யில் உருக்கி சூட்டினேனே
உருக்கையா யென்மலம் உண்மையில் ஒளிவர
ஓமெனும் நாதத்தில் உள்ளாடும் ஜோதியே

9. அழகிற் ஜோதி

தெளிந்தார்த் தெளிவில் விருந்தாய்
மருந்தாய்க் காக்கும் அகமுடையே
அகமும் புறமும் அருந்தாய் விருந்தாய்
அழகிற் ஜோதி நமதுடையே

10. சோதி சுகம்

விழிக்கடல் விழித்திருந்து நீந்தி
விழுந்த பொற்பாதம் பிடித்து
வினை தீர தேடியழுது சுகம்
சொல்ல வந்த பேரொளியே

மனம் ஒடுங்கி மதியிலிருத்தி
மயில் ஒன்று தோகை விரித்தாட
குணம் மாறும் கோவலனோ நான்
கொன்றைவேந்தா கொல் என்னை

சொல்லித் தெரிவதில்லை சோதி சுகம்
அள்ளிப் பருகி வந்தால் அதுவும் ரசம்
தெள்ளத் தெளிந்தோர்க்கு தேனாகும்
கள்வனைப் பிடித்து கண்ணிலே கட்டு

பெருங்கருணைப் பேரொளியே
பித்தானேன் முத்தானேன் உன் வரமே
என் உயிரே சொல் இனியே
சோதியை தெரிந்தபின் சுடர் இனிதே !

11. ஆனந்தப் பிரம்மம்

பாரொடு விண்ணாய்ப் பரந்த ஜோதியே
நீரொடு நிலமாய் நிறைந்த ஜோதியே
நெருப்போடு ஒளியாய் நின்ற ஜோதியே
காற்றோடு கனிவாய் கலந்த ஜோதியே
மெய்யொடு மெய்யாய் மிதக்கும் ஜோதியே
உயிரொடு உயிராய் உன்னில் கலந்தேனே
அறிவது வேறில்லை ஆனந்தப் பிரம்மம் நீதானே

12. சிவஜோதியே சரணம்

அழகாய் ஞானமாய் அறிவெனும் வேதமாய்
முதலாய் முடிவாய் முழு வெண் மதியாய்
இரவாய் பகலாய் நில்லா நதியாய் நிறைந்த
ஒளியாய் தேயா தீயாய் தெளிந்த நீராய்

உண்ணாப் பழமாய் உள் நின்றாடும் சுவையாய்
ஒன்பது வாசலுக்குள் ஓம் எனும் ஓங்காரமாய்
ஒளிர்ந்தாய் ஒழித்தாய் ஒலித்தாய் என் தாய்
கிடந்தாய் விழிக் குடத்துள் விளக்காய் நீ

விசும்பாய் விரும்பாய் வெறுப்பும் இலதாய்
விழுந்து கிடந்தாயோ அண்டப் பெருவெளியின்
ஆகாச சூரியனாய் அமர்ந்த பெருமானே தமிழும்
இல்லையே உன் தன்மை பாட உன் உண்மை வாட

உறங்கி நின்றாயே இரங்கி நின்றாயே இறைவா
என் சிவமே சீவனே கேசவனே கண்டேன் உன்னை
கண்ட விழி சரணம் மெய் உண்ட வழி மோட்சம்
சரணம் சரணம் சிவ ஜோதியே சரணம்

13. சிவவிளக்கே

என் எண்ணமெல்லாம் சுடர் பட
சூடினாயோ சிவ விளக்கே
சொல்லப்பா சோதிநடனா
அழைப்பது நீயென்று தெரிந்தும்
அடங்கியது குற்றமா ஆதிமுகனே
கையில் கடமை தந்து நீ
கருவறைக்கு இழுக்கலாமா
கள்வனே அப்பனே காசிநாதனே
உள்ளிருப்பது நீயென்று தெரிந்துதான்
உட்கதவு சாத்தவில்லை
திறக்கும் நேரம் திறந்துகொள் நீ
திருடிச்செல்ல அன்பைத்தவிர
வேறேதுமில்லை சிவவிளக்கே

14. பெரு விளக்கே

பேரண்டப் பெரு விளக்கே உன்
புகழ் விளக்கத் தமிழ் போதாதே
நா நின்ற தமிழ் வழக்கே நாதனன்பு
நல்காயோ நற்றமிழ் பெருகாதோ
உற்றான் பெற்றான் பேணினானவன்
கற்றேன் பெற்றேன் கோணினேன்
காணுமிடமெல்லாம் அவன்
எண்ணியதெல்லாம் அவன்
என் செயல் ஏதுண்டு நான் மறக்க
அவனுண்டு
நா இனிக்கத் தமிழுண்டு நற்றவன் அடி
போற்றுவோமே நாளெல்லாம்

15. திருவிளக்கே

அண்ட பிண்டத்தின் அகல் விளக்கே
கண்ட கருமணியின் திரு விளக்கே
உண்டு பெருத்த ஒளி விளக்கே
ஒப்பிலா உண்மையின் ஞானவிளக்கே
ஓடி வா நாடிவா நடுவே வா
நின்றெரி நன்றெரி இன்றெரி
நாளும் எரிவிளக்கே
நாயனார் கண்ட திருவிளக்கே !

16. குலவிளக்கே போற்றி

உணர்வதற் கரியவா ஓதுதற் கரியவா
மெய்யில் நின்றவா மேன்மை ஆனவா
தாயிற் சிறந்தவா அதனிலும் மேலவா
தந்தையின் ஞானமா ஞானமே ஆனவா

முந்தையின் மூத்தவா மூலமே ஆனவா
சிந்தையில் சிறந்தவா சிறப்பே ஆனவா
தமிழிலும் இனியவா தமிழே ஆனவா
ஈரேழுலகம் பணிய ஈசனும் ஆனவா

வேதம் ஆனவா வெண்பனி மனதா
நீறும் ஆனவா நெற்றியில் இருந்தவா
நேசம் கொண்டவா கொன்றை வேந்தவா
நாளும் இனிப்பவா நினைக்கையில் இனிப்பவா

என்னிடம் உள்ளவா எங்கும் நிறைந்தவா
சோதியும் ஆனவா சுடரில் நின்றவா
சொல்லும் ஆனவா தமிழ்ச் சுவையும் ஆனவா
விண்ணிலும் மேலவா வேதமெல்லாம் நிறைந்தவா

பணிந்தேன் உன் பாதம் போற்றி
பரமனே உன் பண்பெல்லாம் போற்றி

அன்பே போற்றி ஆசானே போற்றி
குருவே போற்றி குலவிளக்கே போற்றி போற்றி

17. திருவுடை போற்றி

பிறையொடு மறையான பிதாவே போற்றி
பிழம் போடுதிக்கின்ற பழம்மென் சூர்யா போற்றி
சோதி அருளுக் கிணை சொர்க்க நாதா போற்றி
வாடி இருந்தெனைக் கண்டவா போற்றி
வாசப் பூவினைக் கொண்டவா போற்றி
வழிந்த கங்கையை அணிந்தவா போற்றி
வண்ணத் தங்கமாம் வடிவுடை போற்றி
வற்றாத கருணையாம் வள்ளல் அவன் போற்றி
வாடிய பயிருக்கும் நீராகும் அவன் போற்றி
தேடிய உயிருக்கும் தெரியும் அவன் போற்றி
தேயாத நிலவொடு தித்திக்கும் திரு போற்றி
தென்கயிலை நின்றாடும் திருவுடை போற்றி
தெளிகிற மெய்ச்சுடர் திசையெல்லாம் போற்றி
திருப்பாதம் ஆகின்ற செந்தமிழே போற்றி
தேனாய் இனிக்கின்ற தசா தரனே போற்றி
மானாய் மருள்கின்ற மனது நின்றாய் போற்றி
மத்தள உடுக்கையில் உலவி நின்றாய் போற்றி
மங்கையர் மேனியில் பாதி நின்றாய் போற்றி
மற்றெதுக்கும் இணையிலா வேந்தனே போற்றி
மாசற்ற குணம் கொண்ட மாயவா போற்றி
மன்னிப்பான் மணிகண்டன் மங்கா நாமம் போற்றி
உன்னிற்பான் உறைகின்ற ஓம் எனும் சுடர் போற்றி

உருட்டிய நஞ்சையும் உணக்கழியான் போற்றி
ஊன் கொண்டுடம்பையும் உருக்கி நிற்பான் போற்றி
உலகமே உறைகின்ற உண்மையன்பு கொண்டான் போற்றி
உலகே ஆகின்ற அவன் அடி முடி போற்றி
உத்தமனுக் கொரு பாசுரம் உயிர் கொடுத்தேன் போற்றி
உண்மையை சூடிவிட்டேன் உனக்கே உத்தமா போற்றி
உன்னோ டிருந்து விட்டேன் உலகோ டுழண்டு விட்டேன்
தன்னே கழரும் கனி தயை உடனே போற்றி போற்றி

18. முதற்கண் போற்றி

அறிவதற் கரிய அறிவுக்கு மேலோனே
தெரிவதற் கரிய தெளிவுக் குடையோனே
உணர்வதற் கரிய உணர்வில் அமர்ந்தானே
பெறுவதற் கரிய பேறு உடையோனே

புரிவதற் கறியா பூரணம் பெற்றோனே
புகழையும் இகழையும் புரிந்து நின்றோனே
பேரறிவுக் கரிய பெருங்கடல் நீதானே
ஆறறிவுக்குள் அமர்ந்த பெருமானே

அண்டமதில் பிண்டமதில் இல்லானே உள்ளானே
அடியையும் முடியையும் அளப்பனோ உன்னாலே
ஆடலும் பாடலும் அசைவும் உன்னாலே
அமர்ந்திருப் பனோ என்றும் அப்பனுக்கு முன்னாலே

அற்புதா உன் பெருங்கருணை போற்றி போற்றி
ஆல கண்டா நீயாடும் நீடூழி நடனம் போற்றி போற்றி
நீறறிவா நெற்றியின் முதற்கண் போற்றி போற்றி
நேர் அறிந்தார் நெஞ்சில் நின்றாடும் விமலா போற்றி போற்றி

19. கருணை போற்றி

உடலும் பொருளும்
உள்ளமும் ஆன்மாவும்
உனதுடையே

எண்ணமும் செயலும்
எனதில்லையே
எதைத் தருவேன்
எதைக் கொண்டுவந்தேன்
இறையே

படைத்ததும் பார்த்ததும்
கொண்டதும் கொடுத்ததும்
கொன்றை வேந்தா உனதல்லவா

பிரம்மமும் அன்பும்
பிணைந்து வழிகாட்டையில்
குருடனுக்கு எதுக்கு
கண்கள்

சக்தியும் சிவமும்
சேர்ந்து ஜனிக்கையில்
எனதுள்ளே

சாம்பல் உலகில்

எனதுயிர் எதற்கு

பிறை சூடிய பொன்மேனியானே

போற்றி போற்றி

நின் கருணை போற்றி

நின் ஒளி போற்றி !

20. திருவிடை போற்றி

மண் அறியேன் மனிதர் குணமறியேன்
ஊர் அறியேன் உறவு அறியேன்
உற்றார் பெற்றார் அறியேன்
பெயர் அறியேன் பிறப்பின் கருவறியேன்

பந்தம் அறியேன் பாசம் அறியேன்
படிப்பறியேன் பக்குவ வேதம் அறியேன்
போர் அறியேன் பெரும் வெற்றியும் அறியேன்
புகழ் அறியேன் பிறப்பின் பேறு அறியேன்

மனை அறியேன் மனைவி அறியேன்
மக்கள் அறியேன் அவர்கள் மனதுமறியேன்
நட்பு அறியேன் நண்பன் நடப்பும் அறியேன்
தப்பு அறியேன் தரம் அறியேன்

தந்தது அறிந்தேன் தெள்ளத் தெளிந்தேன்
தன்னை உணர்ந்தான் உள்ளத்திருந்தேன்
உன்னை அறிவேன் அற்புதா அமுதமறிவேன்
கருணை அறிவேன் கற்றதறிவேன்

காப்பதறிவேன் இனி கலக்கம் அறியேன்
வாழ்க உன் மெய்ச்சுடர் மீள்க வையகம்

போற்ற உன் ஜோதி பெறுக இவ் வையகம்
பொன் அம்பலா பணிந்த உன் திருவடி சரணம்

காக்க காக்க நலம் கொண்டு காக்க
போக்க போக்க கொண்ட பிணி போக்க
நோக்க நோக்க நிமலன் ஒளி நோக்க
நசுங்க நசுங்க நஞ்சும் நீங்க

நெருங்க நெருங்க உன் நினைப்பும் ஓங்க
நற்றவா என் நெற்றியில் நீறு விளங்க
ஒளிர ஒளிர என்னுள்ளம் குளிர
கோவினுக்கு மேலோனே நாவினுக்கு சொல்லோனே

நல்லமுது கொண்டோனே நடுநிசி பகலோனே
வல்லமுது வராதோ வன்முறை வீழாதோ
சொல்லமுது தந்தாயே செந்தமிழும் நீதானே
கல்லமுது என்றே கரைந்தேன் உன் எழிலில்

நா நின்ற நமச்சிவாயா போற்றி
கோ எனும் கொன்றை வேந்தா போற்றி
தீ எனும் திரு நடனம் போற்றி
தென் தமிழா உன் திருவிடை போற்றி

முன் தமிழே உன் முடியும் அடியும் போற்றி
வெண் நிலவா உன் விசை இசை போற்றி
கண் கனவா உன்னைக் காணுமின்பம் போற்றி
பிறை நிலவா உன் பிறப்பே போற்றி போற்றி

21. சொற்சுடரே போற்றி

மடை திறந்தோடும் மதி வெள்ளமோ
உடை கரையெல்லாம் உள்ளே உடைய
ஊற்று நீர் கடல் சேருமோ உண்மையே
உன் மையே தனி தன்மையே உறவே

தடை கிடை தான் தளர விடை புரிந்த
விம்பமோ நீ விமலனே நாதனே குடையினி
வேண்டேன் நனையவே துளி நாளும்
குடைந்துள்ளே உருகிட உருகிட

தரிகிட அறிகிட ஹரிகிட அறிவதோ ஞானம்
புரிபட பொறிபட பொருள்பட புரிவதோ
உன் பேரன்பு முடிவில் பெற்றதே முக்தியோ
முதல்வனே சத்தியே மூலமே முதலொளியே

போற்றினேன் உன் பாதம் போற்றி
நாதமே உன் நாதம் போற்றி
நடு ஒளியே உன் அறிவு போற்றி
நந்தனே உனது கானம் போற்றி !

போற்றி போற்றி பெற்றதெல்லாம் போற்றி
கற்றதெல்லாம் போற்றி கண்ணொளியே போற்றி

விண்மணியே போற்றி விதைத்த நாற்றும் போற்றி
சொற்சுடரே போற்றி மூலமானவா போற்றி போற்றி

22. தீபம் போற்றி

நல்லதோர் எண்ணம் கொடு நலம் தரும் வாழ்வு கொடு
நற்றவம் நயம் புரி நாதன் வீடே உற்றதோர் உறவு கொடு
உண்மையும் தானும் கொடு பெற்ற தாய் பிறந்த வீடே
விட்டதோர் வினையழி விரும்பிய வரம் அளி வெண்காடே

சுட்டதோர் சுடரிலிருந்தோன் சூடிய பிறை மறையோன்
தொட்டதோர் காரியம் சிறக்க விட்டுடு என் ஆசை தனியே
பித்தொடு பிதற்றியாடும் முத்தமிழ் மூத்த குருவே யான்
பின்னரும் புலம்பி நின்ற பிள்ளையின் சுயம்தனை சோதியே
இரந்துதா

விண்ணோடு வேதம் போற்ற இந்திரன் சந்திரன் போற்ற
ரிஷியோடு முனிவன் போற்ற அசுரர்கள்தான் தேடும் அரியவன்
நீ வாழ்க
அரியோடு மாலும் போற்ற கரியோடுலாவும் நின் களி போற்றி
அமர்ந்தாடும் தில்லைதன்னில் அசைந்தாடும் நானும் போற்றி

தெரியாத வீடுதன்னில் தெளிந்தாடும் தாமரை வண்ணா
அண்ணாவில் தானிருந்து அசைந்தாடும் தீபம் போற்றி
ஆலம் உண்டு எமைக்காத்த அருந்தவ புதல்வா போற்றி
ஞானம் கொண்ட நீயும் வாழ்ந்து நலமுடன் வாழ்க வாழ்க

நமசிவாய நீ மருந்து நமக்கெலாம் பெரு விருந்து
சிறப்பெலாம் தரும் மருந்து சீர்பட சிறக்கும் கரும்பு
உரைத்திட வேதம் இல்லை உள்ளுக்குள் யாருமில்லை
உலவிய கண்கள் காணும் உத்தமா நின் திருவடி போற்றி
போற்றி

23. பாமாலை

பாடும் கவியினில்
பாமாலை சூட்டியொரு
போற்றும் புகழினில்
புரிந்து விட்ட பேரழகே

சாற்றும் பூவினில் என்
சலனம் மறைந்திட
என் நாவில் குடியிருக்கும்
நாமகள் நீயோ

ஏற்றம் இறைத்தொரு
என் இன்பக்கனவினில்
ஏக்கம் களைந்த ஒரு
ஏக பரம் பரமே

தூக்கம் விழித்தொரு
ஆற்றல் அமைதியில்
அடியும் நுனியும் அம்பலத்தில்
தெரியக்கண்டேன்

போற்றுவோர் போற்றி போற்றி
பித்தனும் போற்றி

பொன்மகள் வீணை போற்றி
நாதனும் நாதமும் என் நாவினில்
போற்றி போற்றி !

24. இறைவா போற்றி

பிரபஞ்சப்புழுதிக்குள்
ஒரு மண் அளவில்
பூமி
பால் வீதியில்
சமைத்துண்ணும்
கூட்டுக்குடும்ப நாடோடி

இல்லாத ஒன்றில்
வெடித்து உயிர்பெற்றஉடல்
பிரபஞ்சம்

ஒளியும் ஒலியும்
முதல் தோற்ற மின்னல்

ஓம் எனும் நாதம்
இடைவிடாத
ஆத்ம ஸ்வரம்

புரியாமல் புரிந்துவிடும்
திருநீற்று
இரகசியம்

கறுப்பு ஓட்டையின்
ஒளி விழுங்கும்
மரணம்

நேரம் காலம் செயல்
எந்த விதியும்
இல்லாத உயிர்துடிப்பு

அணுவிலும்
அணுவாய் அதனுள்ளிருந்து
ஆட்சி செய்யும்
இறைவா போற்றி
போற்றி

25. பாதமே போற்றி

காற்றொடு விண்ணில் கரைந்து நிற்கும் ஜோதியே
நீரொடு மண்ணில் நிலைக்கும் நிர்மலமே
நெருப்பொடு நீங்கா நித்திலமே என்னுள்ளே
விருப்பாய் இருப்பாய் விழியெல்லாம் இயம்பும்
ஐம்புலன் அறியா அறிவெனும் வேதமே கடலே
இயம்புவார் புலம்புவார் புரியாப் பொருளே கருவே
தத் மக இத்துவ குரு உரு வேத அரு கரு அணிந்தவா
எடு கொடு பெறும் பறி பெறு கர்மம் பதிந்த அழகே
அவன புவனத்தில் அணுவுண்டோ ஈசன் நீ ஆடாமல்
போற்றினேன் போற்றி போற்றி பொன் மலர் ஆனவா
போற்றி போற்றி உன் பொற் பதமே பாதமே போற்றி

26. சிவன் பாதம்

உன் அழகுக்கு ஈடாய் கண்டிலேன் ஒன்று
உன் அறிவுக்கு ஈடாய் கண்டிலேன் ஏடு
உன் தவத்துக்கு ஈடாய் தரணியில் ஏது ஒன்று
உன் மௌனத்துக்கு ஈடாய் கண்டிலேன் மொழி ஒன்று
உன் அருளுக்கு ஈடாய் அண்டத்தில் ஏதுண்டு ஒன்று
உன் ஆட்சிக்கு ஈடாய் அமர்ந்த அரசன் யார் உண்டு
உன் கருணைக்கு ஈடாய் எறும்புக்கும் வாழ்க்கை உண்டு
உன் கண்களுக்கு நேராய் நானுண்டு கவலை எதுக்கின்று
அற்புதா உன் பாதம் கிடந்தேன் என் வினை போக்கு

27. உன் பாதம்

பொன்னொளி சூடிய பிறைநிலவா
விண்ணிலும் ஓங்கிய புகழ்உனதா
என்னிலும் மீறிய கவி உனதா
என்னிலில் அடங்கிய நீ எனதா
கண்ணிலும் கருத்திலும் நீ உயர்வா
கருணையும் காதலும் உன் பகிர்வா
ஏட்டிலும் எழுத்திலும் நீ வேதமா
ஏணையில் தூங்கிடும் எதற்கும் நீ நாதமா
முத்தமிழ் பெற்றது உன் உரையா
மூத்தது தமிழுக்கும் உன் பிறப்பா
முடிந்ததும் தெரிந்ததும் உன் புகழா
அடியிலும் நுனியிலும் உன் அருளா
அன்னையும் பிதாவும் அம்பலமும் நீயா
அன்பினில் உருண்டு ஜோதியில் சுழண்டு
ஆசையில் யான் பற்றியது உன் பாதமே !

28. திருப்பாதம்

வார்த்தைகள்தான் ஏதுமுண்டோ வடிவுரைக்க
வார்சடை பொன்னில் நாளும் கங்கை நிற்க
போர் படைதான் வெல்லுமோ நின் வீரம் சூழ
தாங்குடையாய் மாறி நின்ற நவச்சிவாய நாவில் நிற்க

பாங்குடையாய் ஏறிவந்து பலவில் நிற்க
பசிக்கும் போது அருளி நின்ற பசுபதியே வெல்க
பாழும் மரணம் சூளும்போது என்னில்காவல் நிற்க
கற்ற வித்தை கலங்கும் போது அருகில்காத்து நிற்க

உன்னை உருகி உருகி தேடும் போது நேரில் நிற்க
சடையிற் செருகி நின்ற பிறை போல் பேரில் நிற்க
நின் கடைக் கண்ணில் வாழும் உயிர்கள் செழிக்க
நின் பாதம் பணிந்து போற்றி வாழும் உயிர்கள் சிறக்க

தாயும் தந்தை ஆன தேரில் நின்று நாளும் உருக
தரணி எங்கும் காத்து நின்ற காத்தவராயன் வெல்க
தெளிந்த பிறைபோல் நம் உள்ளம் தேடி வருக வருக
இடர் நசித்து நலத்தை காக்கும் நரசிம்மனே வருக

சொன்ன சொல்லில் நாளும் சோதி நின்று உலவ
சொர்க்கம் நரகம் பூட்டி நாளும் நின் அகத்தை தருக

சூழ வந்த பகைகள் யாவும் சுடர் ஒளியில் நசிக
சுவைக்கும் நாவில் நமசிவாய என்றும் நன்றே இனிக்க

காலம் வேகம் தாண்டி கருவறையும் என்னில் திறக்க
ஆன பொருளில் யாவும் அஞ்செழுத்து ஒலிக்க
பேதம் மோகம் யாவும் பொடிபடவே இறக்க
ஆன பொருளில் ஆகி நின்ற ஐங்கரனே வெல்க

ஆறு ஜோதி ஆடி நின்ற குமரன் நாமம் வாழ்க
தேடி ஓடி நின்ற தெள்ளமுது நாளும் விளங்க
தெற்கில் நின்று பாதமாடும் தென்னவனே வாழ்க
திருமறைகள் ஓதிநின்ற திருப்பாதம் வென்று காக்க

நமச்சிவாய

29. திருவடித் தேன்

ஒப்பிடப் பொருள் இல்லை ஓங்காரமுன்னை
இப்பரம் காணவில்லை உனக்கொத்த ஒன்றை
தமிழிலும் தூயது உன் திருவாய் மொழி
தரணியில் ஏதது உன் திருவடிக் கழகான வொன்று

மெய்யே காண நான் முன் செய் தவ மென்ன
மங்கள விளக்குன்னை மறப்பது எப்படி
கோடியில் சூரியன் கை கோர்த்து நின்றாலும்
கொற்றவா உன் அன்பொளி ஈடாகுமோ

திரிபுரம் எரித்து நீ தீர்த்து வைக்கும் யோகமென்ன
மறுபுறம் காட்டி நீ மறைந்து நிற்கும் மர்மம் என்ன
உருகுவார்க் குந்தழல் உயரிய வேதமே
அணுகுவார்க் கில்லை யென்று கூறாத கொன்றை வேந்தா

பருகுவார்க் கமுதூட்டிட பார்வதி பக்கமே
பருகினேன் அமுதை மெய் வடித்த தேனை
உருகி நின்ற ஊமை என்னை உத்தமா
திருவடி காட்டி நீ திருவண்ணைக் குன்றில் உறைந்தாயோ

அன்பது தீரவில்லை அரு மறையும் உணரவில்லை
கண்டது சொந்தமில்லை கொண்டது கோலமில்லை

உண்டது நான் இல்லை உன்னை விண்டது வேறில்லை
வண்டது ஓய்வதில்லை உன் திருவடித் தேன் அத்தனை சுவை

போற்றி போற்றி திருவிடை அறிவே போற்றி
போற்றி போற்றி உன் திருவடியே போற்றி
போற்றி போற்றி நமசிவாய போற்றி
போற்றி போற்றி மெய்யழகே போற்றி

30. ஆடிய பாதமே

நீறாய் மனமும் நினைக்கா தனமும்
நிற்கும் ஏகன் நீ எம்பெரு மானே
நெருப்பாய் சுடரும் நெருங்கிய பின்
மலமும் அறுப்பாய் நீ ஆடிய பாதமே
ஆறாய் அறிவும் அதுவாய் நீயும்
அமர அமுதொன்று அகத்துக்கு விருந்தே
அறிவும் மாயையும் ஆடிய குழம்பில்
நிலைக்கின்ற ஞானம் நீயே
தழைக்கின்ற கொடியும் தன்னைச் சுற்றும்
அண்டமும் தாளாது தாவும் ஒளி நீயே
கேட்கின்ற பிரணவம் கொண்ட உன் கோலம்
கொன்றை வேந்தா உன் நாதமே
நாதம் பிடித்தொரு பூத வுடம்பு வென்றேன்
மெய் என்ற உன்னிடம் மெய் உணர்ந்து நானும்
உன் போல நின்றேன் உன்னால் ஆனேன்

31. ஆனந்தக் கூத்தனே

குன்றிலே வாய்த்த குருபரன் கண்டீரோ
நன்றிலே நடுநின்ற வெண்பரன் அறிவீரோ
கன்றிலே கண்ட கடைக்கண் அவரே
கண்டதும் காணா கழல் கொண்டெரித்தவரே
காண்பது யாது தில்லை ஆனந்தக் கூத்தனே

32. கூத்தன்

மனதொடு மான் துள்ளும் வெளிதன்னில்
அழகுற ஆடும் மயில் கண்டால்க்குயில்
கருசுற்றிக் கூவி நிற்கும் கூத்தனின் குணமென்ன
கொண்டதெல்லாம் பிண்டத்தில் கொதித்தடங்க
செஞ்சடையான் அம்பலத்தில் சத்தி தூக்கி ஆடினானே

33. கூத்தனே ஆடு

மயில் ஒன்றைத்தந்து
இருந்தாடினாய்
மனதில் குயில் ஒன்றைத்தந்து
குரல் கேட்டாய்
பயில் என்றே
பால்வெளி காட்டினாயோ
பசித்தவன் அமுதை
உண்ணலாமோ இனி
பரந்தாமா உன் பாதத்தின்
நடனமோ இதுவெல்லாம்
எழு தேர் பூட்டி நீ
இழுத்துவருவதெல்லாம்
அந்தி மந்தாரையோ
இழுக்கென்ன இருக்கிறது
என் சுடர் அறிய
அப்பனே சிவனே
அந்த சக்தியில் குந்தி நீ
குதித்தாடும் குண்டலி நடனம்
அழுக்கெல்லாம் அகற்றுமே
அண்டமும் பிண்டமும்
அமுதாகுமே !

34. நடராஜர் காட்சி

காண்பதெல்லாம் நீயன்றோ காட்சியும் நீயன்றே
கொண்டதெல்லாம் நீயன்றோ கொண்டதும் நீயன்றே
உண்டதெல்லாம் நீயன்றோ உள்ளதும் நீயன்றே
உடுத்ததும் நீயன்றோ உள் நிர்வாணமும் நீயன்றே
உண்மையும் நீயன்றோ பொய்யும் நீயன்றே
இருளும் நீயன்றோ ஒளியும் நீயன்றே
கற்றதெல்லாம் நீயன்றோ கல்வியும் நீயன்றே
எப்படி உரைப்பேன் எந்த ஏட்டில் கிறுக்குவேன்
எல்லாமாயும் இருப்பவன் உனக்கு விலகிய ஒன்று
விண்ணிலும் மண்ணிலும் இன்றும் என்றும் இல்லையே

35. நடராஜன்

அறிவதற் கரியதாய் அகத்திலாடும் ஜோதியாய்
முடிவதற் கில்லா மூத்த பரமாய்
மூவேதம் தமிழ் கொண்ட மூத்த சித்தனாய்
சிதறி சேர்ந்த சிறு கரு ஒளியாய்
சிரசில் குதித்து நிற்கும் செஞ்சடையானே
அஞ்சேன் அஞ்சுவதற் கில்லை அவனி
அவனைக் கவனி கண் வழி
காண்பதெல்லாம் கற்றுணர் கடந்துணர்
காக்க வருவான் கருணைக் கடலே
நோக்கே நின் மதி மத்தி நடுவில் நின்றாடும்
நடராஜன் தெரியலையோ

36. நடராஜ குகனே வாழ்க

கற்றிடக் கற்றிடக் கரை காணா கரும்பே
பெற்றிடப் பெற்றிட பேரின்பக் குண நிதியே
ஊறிட ஊறிட ஊற்றாகும் அருள் நதியே
உத்தம வாழ்விற்கு உமை பங்கன் துணையே

கண்டார் கழல் தனை காணாமல் உண்டார்
சொல்லார் சோதியனை சொல் இன்றிக் களித்தார்
வண்டார் தேனை அஞ்சாது அஞ்சின்றி அருந்தினார்
உண்டார் அமுதம் உழல்வதில்லை உண்மையே

நால்மறை நடுவே நற்றுணையே நமசிவாய
நம வென்று சரண் கொள் நாக்கே
அரண் என்ற அரியணை அவன் கொண்ட பாதம்
அணைத்துயில் உறங்கிட ஆண்டியும் அப்பனே

போற்றுவார் போற்றி பூரணன் மூர்த்தி
புகழுவார் வாழ்த்தி புண்ணியன் கோடி கோடி
பரந்தான் எங்கும் பரமன் சிறந்தும்
பற்றினார் அவன் திருவடி உழல்வரோ இங்கே

பரந்தாம நாமம் பார் எங்கும் வாழ்க
நலந்தோறும் நாளும் நமக்கெல்லாம் அருள்க

நாதவின் நாமம் நமச்சிவாய வாழ்க
நாதனே தலைவன் நடராஜ குகனே வாழ்க

37. தில்லை நாதன்

அப்பனோடு அடி பரவ தர்ப்பையோடு தனி குளிர
நட்பை நாளும் சிலம்பு ஏந்தும் நாதன் பாட்டு நாவு ஏந்த
நிலவு தீபம் நெஞ்சில் ஏற்ற கனவு பாடி கரம் குவிய
காத்த மூலம் நாளும் வாழ்க சுரந்த தேனும் இனித்து வாழ்க

குப்பை கிளறி கொண்ட கோலம் குமரன் தந்தை வீடு போல
அப்பை நாளும் அடுப்பில் எரிய தப்பை ஏந்தி சிரித்தவண்ணம்
கர்மம் கட்டி காத்து நின்ற தர்மம் ஒன்று பேச வாழும்
அகரம் காட்டி சிகரமாக்கும் துயரக் காட்டில் இனித்த வீடு

விழுந்த போது எழுப்பி விட்டு அழுத போது துடைத்து விட்டு
அமரன் ஆளும் அரச வீடு கருணை தாங்கும் கால வீடே
விடுதல் யாவும் விரயம் காணும் தொடுதல் பாரும் துறவு கூடும்
சடுதலாக காட்டி நிக்கும் சாம்பல் மேட்டில் ஆடி நிக்கும்

பழுத்த கிழவன் குமரன் காணும் பாதி வீடு அம்மையாகும்
பசித்த பேர்க்கு சொர்கமாகும் பரமன் வீடு யாவும் ஆகும்
கிடைத்த போது கொடுத்து வாழு கிரகம் பார்த்து நன்மை செய்-
யும்
எடுத்த பாட்டில் ஏது சந்தம் சப்தக் காட்டில் சாவு வீடு

காதல் காட்டி நாசம் செய்யும் களங்க மேடு துடைத்து நிற்கும்

காலன் மிதித்து ஞானம் ஓங்கும் கண்ட வீடும் பேரின்பம்

தானப் பொருளை தந்து விட்ட தந்தை நாமம் நமச்சிவாய

தன்னை மறைத்துக் கருணை புரியும் தில்லை நாதன் நாமம்

வாழ்க

38. சுந்தர சுடர்ச் சடை

சுந்தர சுடர்ச் சடை ஐயனே சோதியம்பலனே
மாசறு மதி முக மெய்யனே மேலவனே நின்னை
வெற்றிகொள்ள ஈரேளுலகத்தில் பிண்டமுண்டோ
நினைத்தால் மறைகிறாய் நினைவற நிற்கிறாய்
மனத்தால் தெரியா மானிடர்க்குப் புரியா
விண்ணோர்க்கும் விளங்கா விதை கரு அற்ற வேதமா நீ
சொல் நின்றோர்க்கு சோதியனாய் சுடர் கண்டோர்க்கு
சூத்திரனாய் சூழ மலம் உண்டார்க்கு உணரா பொய்யனாய்
பெய்கிறாய் மழைபோல் அண்டமெலாம் கருணை
உன் புகழ் வாழப் போற்றி அன்பே அருட்பெருஞ்சோதியே

39. பொன்னார் மேனியன்

பொன்னார் மேனியனே விண்ணார் ஞானியனே
மண்ணார் அகத்தியனே சொன்னார் சோதியனே
கண்பார் புலத்தியனே காண்பார் அகத்தினிலே
முன்பார் அருவியிலே முத்தழல் முகத்தினிலே
நீறாய் இருக்கையிலே நெஞ்சாடும் கருணையிலே
வாழாதிருப் பாரோ வண்ண ஒளித் தோகை வாடு முன்னே

40. பிறை சூடி

அறியதிற்கரியது அறியாதிருக்கும்
அற்புத ஜோதியே
அணிவதற்கரியதாய் அணிய நினைப்பேனோ
அழகுப் பொன்நகையே
அரிதிலும் அரிதாய் அம்பலமாடும்
அமுத ஒளியே
அருவும் உருவுமில்லாமாடிக்கூடும்
அகண்ட அண்டத்தினறிவே
தெரிவதிற் தேனோ தித்திக்கும்
முன்சுடரே முன்பிறப்பே
முடிவதற்கில்லை மூண்ட தீ
அண்டம் கடந்தெனக்கு
அருகில் வந்தாயோ
முந்திய குறையோ கடனோ
முதல்வனே சொல்லப்பா
மூச்சு முடியுமுன்னே ஒரு
பேச்சு தருவாயோ
பித்தனின் பொருள் புரிவாயே
பிறை சூடியவா

41. மின் சடையான்

நெற்றியில் நீறும் நிறை படை வீடும்
சக்தியில் ஆறும் சரஸ்வதி ஏடும்
புத்தியில் சிலம்பும் புரி படை வீடே

சரவண மகனும் சாந்தக் குணமும்
சஞ்சலம் தீர்க்கும் நெஞ்சிடம் நின்றே
அக்கினிக் குழம்பும் அகலக்காலும்
அணைத்தலும் பரிவுடன் கொண்டே

மின் சடையானும் பொன் உடலானும்
மிதித்த பாதம் என் சென்னி மேல் நன்றே
புனித கங்கை என்றானும் வேதம் உரைத்தானும்
இந்த அழுக்கினை தேடிவருவது நன்றே

உன் உரை தானும் செப்புதற் கரிதே
சீரோடு நீ வாழ சிவாய நம வென்றேன்

42. பெண்ணன்

புனலிடைப் புகுந்த வண்ணன்
புலியுடை தரித்த பெண்ணன்
அனலிடை அகன்ற மன்னன்
அருமறை பகர்ந்த கண்ணன்

கரியுடை கவர்ந்த கள்வன்
கங்கைதனை முடிந்த இன்பன்
முப்புரம் எரித்த முதல்வன்
இடமிருந்த உமையின் பங்கன்

பிட்டுக்கு மண் சுமந்தன்
பசி குழந்தைக்கு ஞானம்தந்தன்
பிணி தனை போக்க வல்லன்
பெருமடை திறக்கக் காரணன்

திருப்புகழ் ஓங்க ஒருத்தன்
திருமறை தாங்கும் தவத்தன்
தரும் தமிழ் தாயும் அவன்தன்
தரணியின் தந்தை சிவத்தன்

பொன்னிற மேனி முகுந்தன்
புரிபட நீற்றின் நிறத்தன்

பிறைதனை பெயர்த்த வீரன்
எவர்க்கும் அவனே கண்ணன்

தில்லையில் திகழும் திகம்பன்
திருடனும் அறியும் அறிஞன்
திரு அண்ணா மலையில் ஒருவன்
திருவடி தொழ தெரிந்தன்

இரு அடி போற்ற அவன்தன்
ஆதியும் அந்தமும் அர்த்தன்
அவனே எங்கும் பரந்தன்
குகனே குலமே சரணமே

43. முக்கண்ணன்

தோன்றாது தான்தோன்றி
இருக்காது இருந்து விட்ட
முடியாது தொடர்ந்துவிட்ட
முடிகாண மால்அயன்
முடியாது திரும்பி விட்ட
முப்புரம் எரித்தாண்ட
முக்கண்ணன் நீ வாழ்க

விடையாது வினைஏறி
விளையாடும் மயிலாக
எனையாளும் பரஞ்சோதி
எந்நாளும் துணையாக
ஏறேறு மயில் ஏறு
எங்கெங்கும் கொடியேற்று

பாராத முகமாக
பாராளும் பவனாக
சீரோடு சிறப்பாக
சிவம் ஆண்ட பெருவீடு
உற்றார்க்கு கதியாக
உலகோர்க்கு துணையாக
உதித்தாடும் கோவே நீ வாழ்க

கொண்டார்க்குத் தான் இன்பம்
கொடுத்தாளும் அரசாக
கொடு வினைகள் அழித்தாகி
கொண்டாடும் வேலாக
கொடி சேவல் எமைக்காக்க
குமரகுரு நீ வாழ்க

44. அழகு

சுடரும் சோதியும் நின் அழகோ
சூரிய சந்திர சுடர் விழியோ
பொன்னும் மின்னும் மேனியதோ
பிறையும் கங்கையும் பித்தனின் சித்தமோ
முதலும் முடிவும் அறியா உன்
முக்கண்ணில் என்றும் நிலைத்தேனே

45. உமையோடு சிவம்

படர் கொடி தளிர் தூக்கி மண்மேலறிந்ததா
சுடர் வானம் சித்திரம் கண்டு சிறுகுருவி பாடியதா
ஒளி தூக்கி உமையோடு சிவமே ஆடினாரே
புவி நாளும் அவனின்றி அசையாது உணரே
மறை நான்கும் குழைத்தாடி மயங்கு மனமே

46. எல்லாம் சிவமே

பிறப்பினில் பிறந்தயென் மேனி உனதே
இருப்பினில் அழைத்த பெயரும் உனதே
இடையினில் கொண்ட கர்மம் உனதே
இச்சையும் இயல்பும் எண்ணமும் உனதே

என்னுடல் காத்த உயிரும் உனதே
அடங்கும் சாம்பலின் நீறும் உனதே
என்னிடம் உள்ளதாய் ஏது சிவமே
உலகமும் காக்கும் அன்பு உனதே
உதிர்ந்த அன்பின் பொருளும் சிவமே
உண்மையில் கொண்டது எல்லாம் சிவமே
ஊமைபோல் உழன்றேன் ஊரில் தனியே

சவமே திரிகிறேன் எண்ணம் மறந்து
சிவமே ஆன பொருள் உணர்ந்து
தவமே நீயென தனி உணர்ந்து
என்னுள் அடங்கினேன் சிவம் மறந்து

47. சிவ தூய மாமணியே

பதியோடிப் பதித்த யென் சிவ தூய மாமணியே
ஒலியோடு இணைந்தாடும் ஓமென்ற ஓங்காரமே
மதியோடு விளையாடி தூண்டி நின்ற சுடரொளியே
துதிப்போர்க்குத் தானாடி விழிப்போருக்கு மேலாடி
விளைந்து நின்ற மூவேதக்கருவே என் குருவே
வினையறு விதியறு யென்னுடலறு மெய்யறு என்றும்
மாசறு தரித்து நின்ற என் ஏகக் கரு மணியே

48. சிவம்

முத்தென ஆகுமோ முடி பதித்த பவளம் ஆகுமோ
மின்னும் பொன்னாகுமோ வைர ஒளி ஆகுமோ
அண்டத்தில் அடங்கியதற்கு மேலாகுமே அவன்
அருஞ்சுடர்க் கீடில்லை அமிர்தத்திற்கு மேலாகுமே
அப்பன் அன்னையானான் அதனிலும் மேலானான்
அன்புக்கு தாழ் பணிந்தான் அதிலே சிவம் ஆனான்
அவனெல்லொ ஒரு வழி அங்கே நின்று நீ விழி
அவிழாத முடிச்செல்லாம் அவிழ்ந்து விடும் அவன் வழி
வாழிய வாழிய அவன் நாமம்
வணங்கி நில்லு அவன் பொற்பாதம்
வருவதெல்லாம் இனி பொற்காலம்

49. சிவமே துணை

ஒட்டாத உறவிலே
ஒருதுணை சிவமே
கிட்டாத அன்பிலே
கிடைக்கும் கடலே
முடியாத உழலிலே
முடியும் பிறப்பே
தெரியாத கண்ணிலே
தெரியும் ஜோதியே
வாழாத வாழ்க்கையில்
வாழும் அழகே
தேயாத தீஞ்சுவை
தினமும் அமுதே
தேடி விழித்திருந்து
நாடி நிற்பதே
நமச்சிவாயமே

50. சிவனன்பு

சிவனன்பு செய்யடியார் சாகார் நோகார்
நித்தில மாடி நிற்கும் நின் நன்பேணினார்
நினைத்ததெல்லாம் பெற்று வாழ்வார்
ஈரேழுலக மெல்லாம்

51. சிவமதே சிரசில்

அடியும் நுனியும் தெரியா அண்டமதே
அன்பும் கருணையும் கொண்ட குளமதே
தெளிவும் அழகும் தேயாத தேரதே
தேடி தேடி ஒடுங்கி இருக்கையில் தேனதே
முதலும் முடிவும் இல்லா மூத்த தமிழே
பகலும் இரவுமில்லா பக்குவமே
காலம் நேரம் இல்லா கருப்பொருளே
கடந்தும் வாழ்ந்தும் அடங்கும் மெய்யதே
நின்றும் மறைந்தும் நிற்பதுவே மெய்யில்
என்றும் கடந்தும் காப்பதுவே
எப்பொழுதும் உணரு சிவமதே சிரசில்
சிந்தையில் நிறுத்தி நீ உரசு அது சிறப்பே !

52. சிவ வடிவம்

புதுப் புனல் நீ கங்கை பொன் கேச மணிந்த சடை
பொன் ஆர மேனி உண்மை அரவ மணிந்த பகலோ
அமுதினை காக்கும் கனியோ நஞ்சினை உண்ட கண்டா
நால்வேத முத்துனதா நாமகள் நன்று கவர்ந்த திருவே
நாளெலா மாடும் மயிலே புருவ மோர் வான வில்லோ
புரிந்த வர் தெளிந்த கருவோ பனி மலை குளிரும் குணமோ
பற்றிய பக்தனின் குருவோ பல கோடி சூரியக் கண்ணா
விண்ணிலோர் விசையும் இலதோ வெண் பகல் விளை மலரோ
காரிருள் ஆடும் கொடியோ கண்டவர் கயிலையில் கரைந்தார்
செப்புதல் சிறந்த தவமே உன்னை ஒப்புதல் உயர்ந்த குணமே
பித்தன் நான் பிரிந்து இரேனே ஒட்டிய உடம்பு ஊமையா
சஞ்சல வரினு முன்னை சரணடைந்து பாடுவேனே

53. சிவ சமர்ப்பணம்

நன்றாம் நன்றிலும் நன்றாம் ஒன்றே
நின்றாம் வினைப் பயன் விதியறுப்பதொன்றாம்
நன்றாம் நன்றிலும் நலமுணர்ந்து போற்றி
நின்றால் வீழ்வரோ வையகத்தே

உண்டார் அதுதனை மதுபோல வண்டாய்
உறங்கியே மயங்கினர் சிவமலர் தன்னில்
எழுவரோ மாயையில் இறப்பரோ தினம் தினம்

பற்றாய் பேறாய் பரவச ஊற்றாய்
பெற்ற தாயினும் மேலாய் அது ஒன்றே
காத்தது காத்தது கணமும் காத்தது
காற்றுபோல் மறைந்தது மறையிலும் சிறந்தது

குருவாய் உருவாய் அருவாய் மறையாய்
ஆணாய்ப் பெண்ணாய் அனைத்துமாய்
அகரமாய்த் தமிழாய் அண்டத்தின் கூறாய்
அமர்ந்த விளக்கே நீ நீடுழி வாழியவே

54. சிவமே வாழ்வு

ஈன்றான் திருவடி புகழெண்ணிப் போற்றுவார்
சான்றோன் அகவழி அடியெண்ணித் தீண்டுவார்
மாயா உலகத்தின் மனது விட்டு உருகுவார்
ஆயோன் மெய்யிலிங்கு அருமருந்து காண்பாரே

சேயா உள்ளத்து சேந்தன் உண்டு என்கிறார்
சோதி வழி போவதில் சுகம் கண்டு கொண்டார்
மாயோன் மறை நான்கில் வேதமறிந்து உண்டார்
வேதமே அவனென்றறிந்த நாதத்தில் நின்றாரே

குருவாம் குரு அவன் குருவே அவனென்றுணர்ந்தார்
குருவிலும் மேலில்லையொன்று என்றுணர்ந்தார்
குரு காட்டிட வித்தையும் குரு பணிய சித்தியும்
உரு ஆகிய அவன் வழி அருவாகி அருள்வாரே

சிவமே உயர்வு என்கிறார் சிவமே வாழ்வு என்றார்
சிவத்தில் சீவன் உருகிநின்றார் சீலம் பெறுவரே
ஞானமாம் சிவத்தை நித்தம் நாடி நின்றோர்
பிறப்பறுத்து ஓங்குவார் பிறைசூடன் திருவடியில்

மூவுலகு வேந்தனாம் மூவா மருந்தாம்
முக்தி தரும் பேறாம் மூவர்க்குத் தலைவனாம்

மூலம் அவனாம் முழுமுதல் அவனாம்
தாயிலும் சிறந்தவனின் திருவடிபோற்றி மகிழ்ந்தேனே

55. சிவ மயமே வாழ்க

பூங் கதிராம் புனல் சூடி
தான் குடையாய் தான் மாறி
விண் வெளியாய் விரிந்தாகி
விதைத்த உயிர்கள் எண்ணிலடங்கா

மான் மருவாய் தான் மாறி
சாண் அளவாய் தனைக்காட்டி
பூரணமாய் நின்றவனே

உனையன்றி எனக்கோர்
உற்ற துணை யார் உண்டு
உமையை பாகம் வைத்து
ஊரெல்லாம் அருள்பவரே

விதியோடு விளையாடி
கதி தேடும் பிள்ளைநான்
கதிரோடு எனை வந்து
காத்தருள் கருங்குடையே

மதியோடு சிரித் தென்னை
மத்தளம் கொட்டியாடும்
மந்திரவாயனே

தந்திரமாய் பிடித் தென்னை
இந்திரனாய் இருக்க விட்டீர்

தள்ளாத வயதிலும்
உள்ளானை உறங்கானை
சிரம் மேல் சுமந்துன்னை
இரு கரம் கூப்பித் தொழுதேனே

குருவாய் அருள் தந்து
ஒரு வாய் பழம் ஊட்டி
ஒன்பது வேதம் உரைத்து
ஒரு பதம் தந்த குருவே

நரியை குதிரையாக்கி
இந்த அழுக்கை நீறாக்கி
அடங்காத தாகத்தை
சிரத்தில் எழுதிய குருவே

அகரத்தில் நீ பிறந்து
அழகு தமிழோடு
உலவி வரும்
சிவ மயமே நீ வாழ்க

56. சிவ நாமம் வாழ்க

அருமறைகள் பாடும் நின் புகழ் தான்ஓங்க
திருமுறைகள் போற்றும் நின் திருவடிதான்வாழ்க
செவிவழிகள் ஊறும் நின் சிவ நாமம் தான்வாழ்க
வானவர்கள் வணங்கும் பேரின்ப வாசலே வாழ்க

தாள்கள் எல்லாம் திறக்கும் நின் தரித்தகோலம்வாழ்க
தர்மங்களைக் காக்கும் உன் கீர்த்தியும் வாழ்க
ஆயவனை வளர்த்த அன்னையே நீ வாழ்க
மாயவனைத் தோற்றும் திருமத்தே நீ வாழ்க

ஸ்ரீ ராமனவனைக் காத்த ராம நாமனே நீ வாழ்க
ரகுவம்ச குலத்தவனே நின் பெருமை நாளும் ஓங்க
ஓங்காரத் திருப்பவனே ஒளியோடு நீ வாழ்க
சிங்காரத் திசையனே நின் திருவடிகள் தான் வாழ்க

நாத சொரூபனே நால்திசையும் நீ வாழ்க
நன்மக்கள் போற்றிவிடும் நற்குணமே நீவாழ்க
பகல்இரவாய் விரிந்து நிற்கும் பாதமணியே நீ வாழ்க
பிறை நிலவை சூடியவனே குறையிலதாய் நீ வாழ்க

தஞ்சம் என்று வந்தவர்க்கு தன்னைத்தரும் கடலே நீவாழ்க
அச்சமெலாம் போக்கிய அஞ்செழுத்து நாமனே நீ வாழ்க

துன்பம் என்ற துகில்உரிய தோன்றியவனே நீ வாழ்க
பெற்ற தாயினும் சிறந்தவனே தென்னவனே நீ வாழ்க

கற்றதெல்லாம் கலைத்திடும் கலைமகளே நீ வாழ்க
உற்ற சொல்லில் உலவிடும் ஊர்மகளே நீ வாழ்க
சுட்ட சாம்பலைப்பூசும் சுடலையனே நீ வாழ்க
சொல்லட்டும் என் நா தினம் நமச்சிவாயமென்றே

57. காக்கும் சிவம்

எண்ணுவான் எண்ணுதற்கு எண்ணத்திற் கொப்பான்
எண்ணிய பொருள் எண்ணத்தில் விளங்கான் பரம்
எள்ளிலும் சிறிய பொருளிலுமாடும் இன்பம் அறியான்
கரை தேடி அலைந்திருப்பார் சிறியார் காலமெல்லாம்
காக்கும் சிவம் கடலாய் உயிரோடு கலந்திருக்க
மெய்தேடி அலைவதேன் பொய்யோ டுறவேன்
உய்யும் ஞானம் உனக்குள் உலையிலே உறங்கையிலே

58. சிவபுரமே

பிறவாய் இறவாய் பிறையாய்
புகழாய் மறையாய் உருவாய்
உலகாய் உயிராய் உறவாய்
தெரியாய் தெளிவாய் திருவாய்
திருவாய் சுகமாய் பேறாய்
துறவாய் திறவாய் கதவாய்
தூண்டாய் ஒளியாய் திருவிளக்கே

பதியாய் கதியாய் புதிராய்
புரியாய் புரமாய் மூவிளக்கே
மூளாய் மேலாய் மேல் விளக்கே
அடியாய் நுனியாய் அகன்றாய்
அமர்ந்தாய் அன்றே அருமருந்தே
விண்ணாய் மண்ணாய் ஒருதாய்
பண்ணாய் சுரடாய் பரவிளக்கே

அழகாய் அமுதாய் அமர்ந்தாய்
அழியாப் புகழாய் செறிந்தாய்
செவ்வாய் பொன்னாய் மணியாய்
சித்தாய் சிதறும் சிறு குரலே
சேய் தாய் செய்தாய் புறமதிலே
தன்னாய் தருதாய் பொன்மழையே

சிவமாய் தாங்கும் ஒரு பிறையே

சீராய் நேராய் சிறக்கும் சிவபுரமே
சிவ சிவ நமச்சிவாயவே
ஓம் சிவ சிவ நமச்சிவாயமே

59. சிவ புண்யம்

சுரங் கொண்டதனை சூடிய பெருமையனை
புரம் கொண்டழிக்கும் பிரம்ம சூத்திரனை
அறங் கொண்டு காக்கும் அண்டப் பேரழகனை
சிரங் கொண்டு தாழ்த்தி சிவ என்பவனை

திறங் கொண்டறியா திருவடி தீண்டு பவ னை
முப் போதும் மூப்போடும் பற்றி நிற் பவ னை
உப்புள் சிறப்பு போல ஒரு பொருள் ஈய்பவனை
தப்பாமல் சாரும் சிவ புண்யமே

60. சிவ குரு

யாதற்ற யாதும் எனதுளே
ஓய்வற் றொளியும் எனதுளே
பாம்பற்ற பரவும் எனதுளே
பரந்தற்ற பலவும் எனதுளே

குருவற்ற வித்தை குதிக்காதுளே
குருவே மூர்த்தியென அறியுளே
அழிவற்ற பரமென அறியுளே நீ
அதில் தோன்றும் சித்தென அறியுளே

குரு சிவ குரு வேத தீபதனே
குரு சாஸ்த்ர குரு மண்டல
குரு வாக்ய உரு தன் முனே
குரு சகல சாட்ஷயாம் உளே

நர்த்தன நடன சம்ஹாரமாமுளே
நடராஜ சிவ யோக பாகமாமுளே
நற் ஜோதி தாண்டவ தாரமாமுளே
நவ கோள்கள் போற்றும் நாதனாமுளே

சித்தெனச் சிவஜோதி சிரசாடுமுளே
சிவ ராஜ்ய தொண்டனாம் நீயுளே

கற்றதற் கைவிடு காதலாமுளே
கற்பகக் கோவிலின் கருவறையுளே

சிற்பதற் சிற்றின்ப சிதைவதாமுளே
சிவ லோகப் பரம்பொருள் ஆவதாமுளே
நற்பதற் நாட்டிய நடு மூலமாமுளே
நால்வேத சாட்சியின் நாதனாமுளே

கோதண்ட கொடியேற்ற கோலமாமுளே
கொடி சேவல் தாங்கிய குமரனாமுளே
அ நின்ற அரனும் ஆட்சியாமுளே
அதற்பணிந்த திருப்பாதம் போற்றுவோமுளே

61. சதாசிவமே போற்றி

குருவாய்க் குகந்தாய் குண மாமணியே
ஒருவாய் உருவாய் உலகாய் கிடந்தாய்
கலியாய் கிலியாய் உழண்டோர்க்குகந்தாய்
கணமே நினைவாய் குகனே கழலாய்

கண்டாய் கடந்தாய் காணாததையே
விண்தாய் விருந்தாய் உண்டாய் ஒருதாய்
பண்பாய் முன்பாய் பரிசாய் பரந்ததையே
வெண்பாய் வெளியாய் விரிந்த விந்தினையே

முத்தாய் சொத்தாய் முடிவாய் இருந்தாய்
தத்தாய் வித்தாய் தன்னலம் கருதாய்
தாயாய் சேயாய் சுவைக்கும் அன்பாய்
மாயை அறுத்தாய் மனதினை வென்றாய்

மன்னா பொன்னா மாணிக்க ஒளியே
மண்மேல் வந்தே மானிடர்க்கு அருளியே
மருண்டு வெருண்ட எங்களுக் கிரங்கியே
திரண்ட கடல் போல் திசையெல்லாம் திரண்டியே

குருடாய்க் கிடந்த குண மாதர்க்கெல்லாம்
குருவாய் அருள்வாய் சிவ மாமணியே

சிவனாய் சீவனாய் சிரசே நின்ற தவமே
சோதிக் கெல்லாம் சோதியான ஆதியே

ஜெய ஜெய சங்கர சதா சிவமே போற்றி
ஜெய ஜெய மங்கள மறையே போற்றி
ஜெய ஜெய மானவ பவனே போற்றி
ஜெய ஜெய பாதமே சரண் கொண்டேனே

62. நமசிவாய போற்றி

பித்தனைப் பிதற்றி இன்பம் கண்டேன்
பெரு அருள் காக்க சிறு அறிவிழந்தேன்
அத்தனைப் புகழ் வாய் ஐந்தெழுத்தில்
சித்தனைப் பிடித்து சிதம்பரம் உண்டேன்

நற்றுணை நமசிவாயத்தை நா மறக்கா
பெற்றுணைப் போற்றி பிரிய நினைக்கா
சொற்றுணை பூட்டி சோதியனை ஏற்றி
சுடர்விடும் கருணையில் சேர்ந்து மகிழ்ந்தேனே

அத்தனைப் பெற்று அமுதூட்டி ஆட்டி
அகல் அறிவித்து அருமை சொல் வளர்த்து
அகிலம் வென்ற வீரனாக்கி தர்மம் காத்து
புவனமடங்கிய புண்ணிய கோவே வாழி நீடூழி

பிறவியின் மருந்தை போற்றிக் கிடந்து
பிணிகளை அறியா சுவை ஒன்றுண்டு
பிறிதவை பிழிந்து இடர் வேரோடறுத்து
இனியவை தரும் நமசிவாய போற்றி

63. நமசிவாய துணை

இறப்பும் பிறப்பும் அறிந்திலேன்
இடையில் வந்த திருமணமும் அறிந்திலேன்
பெயரும் உடலும் அறிந்திலேன்
பெற்ற தாய் தந்தை அறிந்திலேன்
ஊரும் நாடும் அறிந்திலேன்
உற்ற சுற்றார் சொந்தம் அறிந்திலேன்

நாளும் கோளும் அறிந்திலேன்
நல்ல நண்பன் அன்பு அறிந்திலேன்
சீரும் வாழ்வும் அறிந்திலேன்
சில பொன்னும் மணியும் அறிந்திலேன்

புணர்வும் போகமும் அறிந்திலேன்
பிணைந்த துணையின் துயரம் அறிந்திலேன்
பெற்ற மக்கள் பாசம் அறிந்திலேன்
பெரிய புகழும் சொத்தும் அறிந்திலேன்

நின் கடையின் கண்கள் திறந்தனவோ
உன் சடையில் ஆடும் சந்திரப் பிறையோ
கங்கை தாவும் பொன் சடையோ
நான் கண்டதெல்லாம் நின் கனவோ

தாயிற் சிறந்த கோ புரமே
துணையிற் சிறந்த பெருங் கடலே
நாயின் வாழ்வில் எது குறையோ
ஈன்றவா எனக்களிக்க உன்னிடம்
யாதுமில்லையோ

விழி நீர் பெருக விழித்துரைத்தேன்
விளம்பிய தமிழில் எடுத்துரைத்தேன்
கழுநீர் ஓடும் கர்மத்தின் பயனை
கண்ட தேகத்தில் உரசி அனுபவித்தேன்

பொய்யும் மெய்யும் புரிய வைத்தாய்
புரிகின்ற வாழ்வில் கண்ணீரும் வைத்தாய்
திசையும் வாழ்வும் அறிந்திலனே
நின் திருவடி மட்டும் சுகமென அறிவேனே

கோனே அரசே குறைவிலனே
கொன்றை யில் முடிந்த தத்துவனே
நாளும் பொழுதும் வணங்குவனே
நமசிவாய துணை என்பேனே

ஆனது ஆகட்டும் அமர்ந்து விடு
திரு அண்ணா மலையில் வீடு அது
இனிப் பிறப்பறு இறப்பறு இனிப்பெடு
முடியது முன்னே விதி அது

திரு நமசிவாயனே போற்றி போற்றி

64. நாளெல்லாம் நமச்சிவாயா

மன்னன் உனக்குரிய மணி மகுடம் சிறப்பு
என்னன் உனக்குரிய என் தமிழும் சிறப்பு
வண்ணன் உனக்குரிய நால்மறையும் சிறப்பு
நாவில் உனக்குரிய நாமமும் சிறப்பு
கூத்தன் உனக்குரிய கோலமும் சிறப்பு
கோவிலிலானே நீ கொண்டதெல்லாம் சிறப்பு
ஆரென் றழைத்த அன்பெலாம் சிறப்பு
பசியென் று விருந்துக் கழைத்த பக்குவம் சிறப்பு
பாரென் கண்களை பார்த்தவன் சிறப்பு
பல தொலைவுக் கப்பால் பாடுவேன் சிறப்பு
பேரென்றறியேன் பெயருமில்லை எனக்கு
பெரிய தவம் பேணவில்லை பெற்றவா எதற்கு
பார்த்தவன் நாவுக்கு பைந்தமிழும் அடக்கு
கூத்த மெய்ஞானத்தால் கொண்டதெல்லாம் விளக்கு
கோவில் கொண்டாய் நெஞ்சுள்ளே நன்றி கொண்டேன் உனக்கு
நாளெல்லாம் போற்றுகின்றேன் நமச்சிவாயா உனக்கு

65. கனவு நானோ நமச்சிவாயா

கல் எனக் கண்டேன் நீ கல் என்பதோ
கற்றதும் கண்டேன் நீ மெய் என்பதோ
சொல் அதை சுட்டேன் நீ சுடர் என்பதோ
இயல்பினில் இருந்தேன் நீ இசையென்பதோ
இருப்பதும் மறந்தேன் உன்னைப் பரமென்பதோ
அச்சமும் விட்டேன் உன்னை அற்புதன் என்பதோ
அகரமும் எழுதினேன் உன்னை அறிவென்பதோ
அறிவினில் உணர்ந்தேன் உன்னைக் கடல் என்பதோ
அத்தனையும் நீயென அத்தனே அமுதென
கண்டதும் காணேன் காலமும் அறியேன்
நனவு நீயோ கனவு நானோ நமச்சிவாயா
நாதனே நானெனும் ஆணவம் இறக்க
நீ தெரிவதேனோ நான் மறைவதேனோ
நான் தெளிவதேனோ நமச்சிவாயா

66. சிவாயநம நமசிவாய

சி ற்றம்பலத்தானை எண்ணி எரி கூடு
வா துதி மதி நின்ற மங்களத்தோனையே
ய யார்க்கும் அஞ்சோம் அஞ்செழுத்தோனை
ந மவென்று பணிந்தன்பு கொண்டால்
ம ரணமில்லை பிறப்பில்லை முக்தி சித்தி அல்லோ

ந டு வீடு ஒன்றிருக்கும் நடனம் அங்கிருக்கும்
ம யில் போல் அழகிருக்கும் மயிலில்லை
சி ன்ன விளக்கிருக்கும் பின்னப் பெரிதெரியும்
வா சல் திறந்திருக்கும் வாசி அங்கு நிக்கும்
ய ன்னல் திறந்து விட்டால் மின்னல் முழுதெரியும்

67. நமசிவாயமெனும் நாதன்

உளக்கிடை ஊஞ்சல்தானே உண்மையின் நாதம் தானே
பழக்கடை பலதானே பலசுவை அமிர்தம் தானே
இடைக்கிடை இரவல்தானே இடையிலோடும் மூச்சுத்தானே
நடை யிடை வாசல் தானே நாதனும் வாசம் தானே
நடுவினில் ஆடுவானே நர்த்தனமும் அவன் தானே

அந்தம் ஆதி இலானே அற்புதம் பரம்தானே
சொந்தம் பந்தம் இலானே சொர்க்கமும் அவன்தானே
சூரியன் சந்திரன் அவன்தானே சூடிய மலரும் அவனே
தேய்பிறை திங்களும் அவனே திருக்கார்த்திகை அவனே
மார்கழியவனே மங்காத புகழும் அவனே

மார்பினில் கபால மாலையே காலம் காக்கும் பைரவனே
பைந்தமிழில் அவனே என் தமிழிலும் அவனே
எத்திசையும் அவனே எங்கும் அங்கும் அவனே
முக்காலம் அவனே மூத்தவன் அவனே
முதல்வன் அவனே முடி அடி இலானே

கொடி குடி அவனே கொன்றையும் அவனே
செடி மரம் அவனே செழுமையும் அவனே
சிதம்பரம் அவனே முப்பரம் அவனே
ஈரேளுலகம் அவனே ஈசனும் அவனே

நமசிவாயமெனும் நாதன் பெயரே வாழியவே

68. ஐந்தெழுத்தே போற்றி

ஈசன் இட மார்பில் இணைந்த சக்தி போற்றி
நேசன் நெற்றியில் நின்றாளும் கருணை போற்றி
ஏகன் எமையாளும் இடப வேதம் போற்றி
நாதன் என்றாகும் நமச்சிவாயன் போற்றி
பித்தன் பரந்தாமன் முக்தியும் போற்றி

பூரணன் செயலாகும் புண்ணிய ஒளி போற்றி
பேரவன் தெரியாத பேறவன் பரம் போற்றி
யாதவன் குலத்தோடு ஆதவன் அருள் போற்றி
மாதவன் மனத்தினுள் மருவும் மாயன் போற்றி
அச்சுதன் பொற்பாதம் சரணடைந்தேன் போற்றி

ஆழியுள் நஞ்சுண்ட அண்ணா மலையானே போற்றி
அற்புதம் எனையாளும் ஐந்தெழுத்தே போற்றி
அம்மையின் வலப்பாகம் அமர்ந்த திரு போற்றி
ஆறாகும் கண்ணில் அமர்ந்திருந்தாய் போற்றி
ஆவலுடன் கொண்டேனே அம்மருந்து போற்றி

உனைப் போற்றிடப் போற்றிட பிறந்துயர் அறுத்தாய் போற்றி
சுவை தேனு மிலையே நின் சுடர்ச் சுவை போற்றி
படர்க்கிடைக் கொடியானாய் பகவா போற்றி
இலைக்கிடைப் பூவோ இன்றமர்ந்தாய் போற்றி

இந்நாளும் எந்நாளும் எனைக்காக்கும் நமசிவாய போற்றி

69. சதுரகிரி மகாலிங்கம்

ஆதி சூரியன் நீ அழகான சந்திரன் நீ
சாதி குலம் கோத்திரம் அற்ற சாத்திரம் நீ
தோற்றம் மறைவு இல்லா தோற்றம் நீ
தேவையும் ஆசையும் தெரியா கடல் நீ
தெளிந்தே உருகும் கருணைக் காப்பு நீ
மூப்பும் நோயும் அறியா மூலமே நீ
முதல் நின்ற அண்டம் செதுக்கியது நீ
பின் நின்ற பிண்டமும் பிசைந்தது நீ
தேன் என்ற தமிழும் தந்தது நீ
தேரோடும் நிறங்களின் வர்ணன் நீ
தென் மதுரை தமிழ் சுவையின் தமிழ் ஆறு நீ
பாற் கடல் விஷம் உண்டு பார் காத்தவன் நீ
பற்றும் உன்னை பற்றினோர் அழ வேண்டாமே இனி

70. சந்தன மகாலிங்கம்

நீ இன்றி நகருமோ அணு கூட
நீர் நிலை அசையுமோ புவி கூட
நெருப்பும் எரியுமோ திரி கூட
நின்ற காற்றும் போய் வருமோ மூச்சாக

வானம் மெய்ப்படுமோ நீ போல
வனமும் தழைக்குமோ தனியாக
பூமியும் சுழலுமோ தன் அச்சில்
போகமும் காலமும் புத்தியில் தோன்றுமோ

யோகமும் தவமும் யோகிக்கு கிடைக்குமா
தாகமும் பசியும் உடலுக்கு கிடைக்குமா
தவழ்ந்த குழந்தை எழுந்து நடக்குமா
தகப்பனும் தாயும் கருவைக் காப்பாரா

நோயும் நொடியும் உடல் விட்டுப் போகுமா
நாடியும் நரம்பும் நாளெல்லாம் நினைக்குமா
ஓடியும் இருந்தும் ஓரிடம் தேடினேன்
ஒளிந்தும் ஒடுங்கியும் ஊரிடம் ஒதுங்கினேன்

வாடியும் வதங்கியும் வண்ணன் உன்னைப் பற்றினேன்
என்னை வாட விடுவது உலகுக்கு லாபமோ

போகும் உயிர் இனி பொங்கட்டும் இன்பம்
பொங்கிய இன்பமும் உனக்கே சமர்ப்பணம்

போற்றி போற்றி நமச்சிவாய போற்றி

71. வலம்புரநாதர்

அப்பனுக் கப்பனே அமுதென்ற பேரொளியே
ஆடா மதியில் அமர்ந்து நின்ற அற்புதமே
கூடா போகத்தில் கூடிவரும் குலக் குருவே
எட்டுதற்கு எட்டா எழில் கொண்ட ஏகமே
எந்நொடியும் ஊற்றெடுக்கும் என்னின்ற நாதமே
எப்பொழுதும் முப்பொழுதும் எனையாளும் ஈசனே
பிணி கொண்டோர்க்கு நீ மருந்தே
பிரிந்து நின்றோர்க்கும் நீ மருந்தே
சிவம் சேர்ந்தோர்க்கும் நீ சீவனே
அகமுண்டோர்க்கும் அழியா அற்புதனே
அமுதும் அன்பும் நீயோ பழுதும் பாவமும் நானோ
உழுதும் தொழுதும் என் உள்ளத்தில் உறங்காதவனே
உன் அடி பணிந்தேன் உன்னொளி போற்றினேன்
உலகாளும் ஈசனே ஓமெனும் நமசிவாயமே

72. வில்வனேஸ்வரர்

மந்திரத்தில் மயங்கோன்
தந்திரத்தில் அடங்கோன்
எந்திரத்தில் இறங்கோன்
இந்திரத்தில் இருப்போன்
கண்திரத்தில் குடியோன்
சாஸ்திரத்தில் சாகோன்
சஞ்சலத்தில் வாரோன்
ஐந்தலத்தில் அமைந்தோன்
அந்த நீறில் நின்றோன்
அதுவே ஆனோன்
அன்பினில் ஒளியோன்
அருந்தமிழ் ஒலியோன்
அமுதிலும் இனியோன்
அன்னையிலும் மேலோன்
கருணைக் குணத்தோன்
நீ கனிய வருவான்
நினைத்தும் தருவான்
அவன் யார்

73. நடனபுரீஸ்வரர்

மன்னனுக்கும் மேலவனே மாயங்கள் கொண்டவனே
அன்புக்கும் மேலவனே ஆதியும் ஆனவனே
சொல்லிலும் தூயவனே சோதியும் ஆனவனே
அண்டங்கள் செய்தவனே பிண்டங்கள் பிசைந்தவனே
பித்தனும் ஆனவரே பிதாவும் ஆனவனே
முத்திலும் மேலோனே முத்தனும் ஆனவனே
பஞ்சமும் ஆனவரே பிரம்மமும் நீதானே
கண்ணில் நின்றவரே காப்பதும் நீதானே
எங்கும் நிறைந்தவனே எல்லாமும் நீதானே
எப்படி அறிவார் இவர் எங்கும் பரந்த உன்னை
எதிலும் சிறந்த உன்னை மறப்பரோ மானுடமே

74. கொடுமுடிநாதர்

எண்ணினார்க் கிசை யவன்
எண்ணில் ஓர் எழுத்தும் அவன்
பண்ணில் ஓர் ஒளியவன்
பகலவன் வாழ புகழ்பாடே

நெருங்கினார்க்கு நீறவன்
நெற்றித் திலகமவன்
நம்பினார்க்குத் தாயவன்
நடுவிலோர் மூத்தவன்

துதிப் பார்க்கு இன்பம் அவன்
துணை யிலோர் ராமன் அவன்
தேயாப் பிறை அவன்
தேன் கலந்த பால் ஆறே

மதிப்பார்க்கு மாணிக்கம்
மனம் நழுவும் ஜோதி லிங்கம்
மாறாத உண்மை அன்பன்
மதி உடைந்து வரும் ஆறே

தீண்டுவார்க் கின்பம் அவன்
தீதில் ஓர் ஒளியவன்

தேடினார்க்கு மறையவன்
தேம்பினோர்க்கு ஆறுதல் தானே

தருவாம் கற்பக உருவாம் அருவாம்
பெருவாம் சிறிதாம் பேரண்டக் குருவாம்
இனிதாம் இன்பமாம் ஏக ஜோதியாம்
பெறலாம் புணர்ந்தால் பேறு ஆறே

கதியாம் கதியாம் கதியின் மோட்சமாம்
காணாமல் கண்டு நிற்கும் பதிதானே
கல்வியாம் கல்வியிற் சிறந்த
கலவியாம் சொல் நின்ற சுக ஆறே

ஒன்றாய் இரண்டாய் ஒளி படர்ந்த பொன்னாய்
ஓ தாய் ஒரு வாய் ஒலி நின்றகலாய்
ஓ மாய் நா மாய் நா நின்ற தமிழாய்
ஓங்கும் தாங்கும் ஒரு ஆறே

சித்தாம் பித்தாம் சிறு பகலாம்
முத்தாம் வித்தாம் முதல் ஒளியாம்
மூன்றாம் மூண்டிலும் மூண்டு ஓங்கும்
முத் தமிழின் பெரு ஆறே நீ வாழ்க

75. பிரமபுரீஸ்வரர்

அறிவு அறிவென்று அஞ்சு ஆறு என்று
அகத்தில் கொண்டார் அற்ப மனிதரே
அறிந்ததை அறிவென்று அள்ளியும் பருகினரே
அகத்திலும் புறத்திலும் அறிவு வளர்த்தனரே
அறிவிடை ஒடுங்கி நடுவில் நிற்கும் கண்ணாடி அறிந்திலரே

அதுவிடம் பதுங்கி பற்றுவது பற்றினால் பற்றும் பகலே
பகன்றது அறிவில்லை பகல பூரணன் உணர்வுள்ளே
அகத்தினை அகத்தால் அறியும் மடமையென்ன
அறிந்ததை காட்டும் ஆணவம் மலரா என்ன
அறி அறி குறி அறிந்தும் அதை விட அகத்தியம் பூரணமே

அறி அறிவின் சாரமும் இங்கு சர்ப்பமே
அறிந்ததோர் அஞ்சும் ஆறும் அச்சமே
இச்சிலை பேச இங்குண்டு நாதம் காணீர்
இச் சிவ தேகத்துக்கு இங்கென்னறிவு வேண்டும் சொல்லீர்
இக்கணம் அதையே உள்ளே பார் வெல்வீர்

வெல்லமும் கரும்பும் வீணே கிடக்க இனிப்புக்கு ஓடும் விந்தை-
யென்ன
விதி வந்து அழைக்கையில் வெறும் கையுடன் செல்வீர் காணும்
வெறும் மதிவந்து உரைக்கையில் கதியென்று காணும் போகம்

மயங்கிய நிலைதனில் மாந்தருக்கு யார் சொல்வார் பாடம்

வெறும் மது உண்ட வண்டாம் தெளிதலில் விழிக்கும் ஞானம்
தீர்வது யாவும் தினம் தீர்ந்து போக திருநீற்றில் உண்டே சொர்க்-
கம்
தினம் பாடிப் போற்ற சிவம் உண்டே எங்கும்
அவன் பாடி ஆட களிக்கின்ற நானும்
கரும்பு தொட்டு தருகின்ற தமிழும் வாழ்க

76. அருணாச்சலா

மெல்லப் பரந்த வெளியாகுமோ
சொல்லப் புணர்ந்த சோதி ஆகுமோ
கள்ளக் கூத்தனின் அன்பாகுமோ
சிவம் சொல்லக் கேட்டவன் பொருளாகுமோ
உள்ளக் கருவறையின் உயிர் ஆகுமோ
அள்ளக் கிடைத்தவனின் அரு முத்தாகுமோ
அருணாச்சலா உன் அன்பையும் மிஞ்சும்
பொருளுண்டோ அண்டத்தில் சொல் தேவா

77. அருணாச்சலனே

குன்றிலே இருந்தாய்
ஒன்றிலே நின்றாய்
சொல்லிலே இரண்டாய்
சோதியாய் தெரித்தாய்

அன்பிலே உறைந்தாய்
அடியிலே மறைந்தாய்
குடியிலே கிடந்தாய்
கோலமும் கொண்டாய்

எளிமையாய் என்பாய்
உண்மையை சொன்னாய்
ஏற்பதாய் சிரித்தாய்
ஏகமும் நீயாய்

மூடியில் முன்பாய்
திறந்ததும் தெரிந்தாய்
சாடியில் சாகாய்
ஆதியில் அமர்ந்தாய்

நீதியில் நெறியாய்
நீங்கா பொருளாய்

நாடியில் நதியாய்
நடுவிலும் இருந்தாய்

காண்பதும் பொய்யாய்
கேட்டதும் பொய்யாய்
உணர்ந்ததும் தெரிந்தாய்
தெரிந்ததும் தந்தாய்

காட்சியில் நீயாய்
கட்டிப் பொன்னாய்
காட்டியும் மறைந்தாய்
அருணாச்சலனே !

78. திருவண்ணா மலையானே

தமிழாப் பிறந்து
தத்துவமா விரிஞ்சு
பொய்யா மலர்ந்து
பேருண்மை சொல்லி

பெருவா நின்று
பெருத்திங்கு வளர்ந்து
அருவா நின்று
அருள் கொண்டு நின்று

உருவா நின்று
உருகி அழைத்து
ஓம் என்று ஊதி
ஓம் என்பதை மறந்து

ஒளித்து நின்று
ஓங்காரம் காட்டி
தனித்து நின்று
தாரமும் ஆகி

பனித்த சடையில்
பிறை ஒன்று பூட்டி

பாயும் கங்கையை
தங்கை என்று காட்டி

திரு நீலம் தொண்டையில்
தினம் சுமந்து நின்று
ஆழியின் நஞ்சை
அங்கு நின்று ருசித்து

தேவரைக் காத்து
திரு நடனம் ஆடி
முப்புரம் எரித்த
முக்கண்ணன் ஆகி

முனிவரும் வேண்டும்
முதல் நின்ற பரமே
பிட்டுக்கு நீயும்
பொதி சுமந்த தீயே

பொன் என்ற நிறத்தான்
பொதிகையில் நின்றான்
திருவடி தேட
திருவண்ணா மலையானே

முத்தமிழ் நீயே
முது கலை நீயே
அத்தனைக் காணீர்
அமுதுண்டு வாழீர்

79. நெரூர் சுயம்பே

விண்ணொடு பண்ணாய் விசையும் இலதாய்
பாரொடு நோக்காய் பரந்து உளதாய்
பனி மனமாய் சுடாத சுடராய் சூடி நின்ற ஜோதியே
என்னிலும் உளதாய் எதற்கும் அஞ்சாய்
ஏகப் பொருளாய் ஆடி நின்ற அக்னீஸ்வரா
நேரினில் கண்டேன் நின் பழம் பெற்றேன்
நினைந்து உருகிட நெரூர் நின்ற சுயம்பே
நின்னை மறப்பேனோ நின் பாதம் விடுவேனோ
புவனம் புகழ்ந்திட பொற்சுடர் ஏற்றுமையா
போற்றி உன் நாமம் நமச்சிவாயவே

80. நெரூர் அக்னீஸ்வர்

ஏது குறை என்றறியேன் என்னில் நிறை பாராபரமே
யாதும் நிறை யாகி நின்ற யாம் உனைப் பணிவோமே
நாலும் மறை ஓதி நின்ற நர்த்தன நிறை கீர்த்தனனே
நாவில் மடை ஆகி நின்ற நமச்சிவாயம் போற்றுவோமே

ஏது குடை இனி எனக்கு நீ மடை ஆகையிலே
யாதும் குடை தாங்கி நின்ற மாதவன் அறிவோமே
பாரும் புடை சூழ ஒரு ஆகும் சிவாயம் நலமே
ஆகும் பொருள் ஆகி நின்ற நெரூர் அக்னீஸ்வர் துதியே

வேறு குடை வீட்டில் உண்டோ வேண்டியது தருவோனே
ஆறு உடை சேருதய்யா அண்டக்கடை நதியினிலே
வேறு படை அறியேனே வேந்தன் இருக்கையிலே
ஆறு படை வீட்டில் நின்றான் அந்தப் பெரியோனே

சேரும் அடியார் வினை தீர்க்கும் பெரும் நாயகனே
வாரும் இனி நாள் முழுதும் அவனை வணங்கி பாடுவோமே
வான் நின்ற பெரும் பொருளாம் வானவர் போற்றினாரே
ஆனவர் தானுள்ளே அமர்ந்து நின்ற ஆதி குலத்தோனே

மெய் உருக வேண்டுமைய்யா பை காடு போகாமல்
செய் உரை ஆகி நின்ற மெய் உறை வேண்டுமைய்யா

உய் வறை செய் உன் நாமம் எளிதய்யா
மெய்யுறையும் தீர்ந்ததுவே மெத்த ஞானம் கண்டு

நன்று நம நம நமச்சி வாயமே
என்று இரு இரு இடர் தீருமே
உண்டு இரு இரு ஒரு வேகமே
கண்டு கிட கிட கருகில் நில்லே

81. திருப்பராய்த்துறையானே

நாளும் பொழுதும் நானுனை துதித்தேற்றி
ஆகும் பொருளும் அமரர் துணையானே
பாலும் பழமும் பரிவோடு ஊட்டி
பூந்தமிழ் அருளும் திருப்பராய்த்துறை யானே
காணும் கனிவும் கண்ணோடு உன்னை
கனி தரப் பெற்ற கலியுடையோனே

82. சுமந்தான் ஈசனே

நினைவற மறந்த நிற்பெரும் கடலை
கனவெனக் கண்ட கண்வழி மறந்து போகுமோ
உணர்வென உண்ட பாலை ஊர் அறியுமோ
உத்தமன் பார்வை உலகத்தின் ஒளி அல்லோ

எத்துணை வேண்டியும் ஈடில்லை அவன் துணைபோல்
அவன் விழி கண்டேன் அவனே ஆனேன்
அருந்தமிழ் மொழியில் ஆடையும் செய்தேன்
தாயினும் மேன்மை தனயன் இருக்கென்னகுறை

வேதம் அவன் விண் மதி சூரியன் அவன்
நாதம் அவன் நர்த்தனம் அவன்
மோகம் அவன் முதல் நின்ற இறைவனும் அவன்
காலம் அவன் கோலம் அவன் காட்சியெல்லாம் அவன்

கருமணியில் ஆடி நின்ற கண்ணன் இவனன்றோ
அவன் கருணை மறப்பது நன்றோ சொல்லீர்
தாய் சுமந்தாள் பத்து மாதம் இவன் சுமந்தான்
பிறப்பெல்லாம் ஈசனே நானீன்ற தவமே பெற்ற வரமே

83. ஈரேழுலக ஈசன்

இருளைப் பகல் கொண்டழிப்பவா
இருகிரகம் கனியக் கண்ணவா
மருளப் பிடி கொண்டேந்தவா
உருளக் கிரகக் காரணவா
உள்நின் றொளியின் மன்னவா
ஈரேழுலக ஈசனா
மூவேதக் கருவின் உயிரவா
மூத்த தமிழின் அகரமா
நாவில் குடி கொண்ட நற்றவா
கோ விற் குடிகொண்ட கேசவா நின்
கோலம் மறந்து நின்ற குழந்தையா
அரு உரு அற்று நிற்பதேனோ
அண்டங்களின் அமுதன் நீயோ

84. ஈசன்

வல்லான் ஒருவனை வடிவில் கண்டீரோ
கல்லான் சிலையில் கதைகளும் கேட்டீரோ
உண்ணான் உறங்கான் ஊருக்குள் தெரியான்
உலகின் முதலான் ஊமையாக அழைத்தான்
உற்றான் பெற்றான் ஊருக்குள் இருந்தான்
இறந்தான் வாழ்ந்தான் தவத்தில் இருந்தான்
கோட்டான் வெளவால் குடியிருக்கும்
கோவிலில் கிடந்தான் அஞ்சான் கெஞ்சான்
அமுதம் கடைந்தான் நஞ்சையே உண்டான்
என் நெஞ்சை பிழிந்தான் நினைவைக் கடந்தான்
சொல்லான் சொல் மறந்து நின்றான்
சோதியான் ஞானம் கடந்து கண்ணுற்றான் என்னை
காதலுருகி கசிந்தான் கண்ணுக்குள் மறைந்தான்
ஓதினான் வேதம் ஐவருக்குத் தீட்சை
சைவரில் சாய்ந்தனர் சீறும் நாகத்தின் மன்னர்
வேந்தர் வெந்தனர் விரல் கூப்பி சாய்ந்தனர்
கூத்தனின் முன்னால் கூடியும் பாடினர்
தேவாரம் உண்டான் தேன் குரலில் கிறங்கினான்
ஐவராம் அவருடன் அறுவன் நானிருக்க
எழுவரில் எழுதினான் எண்ணியடையா வேதம்
உண்டான் மீதம் அறுவரும் பசி தீர
அணைத்து விடை கொடுத்தான் ஈசன்

என் சாட்சி நிறைவாகவே சீறும் பாம்பாகவே

85. வைத்தீஸ்வரன்

இனிதிலும் இனிதிந்த பெருமையின் தாழ்
அமுதிலும் விழைகின்ற அரு மருந்து காண்
பெரிதிலும் பெரிதிந்த கருணையின் பால்
விளைகின்ற வித்தினில் முழுமையை காண்

தெளிகின்ற மனதினில் தேயாது காண்
தேய்ந்தோடும் நானில் நானில்லைக் காண்
கருவோடு வந்துதித்த கனவினை காண்
காணேன் என்றவர் கண்டதில்லை காண்

இன்னோர் அமுதினை இடையில் அறியேனே
இப்பர ஊமையனை இனிது அறிவேனே
கூத்தனின் கூத்தை குருவில் அறிவாயே
கூப்பிட கரம் தொழ கோதையன் வருவானே

சித்தான சித்தாகி சித்தின் பரமாகி
சிரசில் நின்றாடி சிறுமதி பாம்பாகி
பம்பரம் சுழன்றாடி பண்போடு தெய்வமாகி
பசியும் இலையாகி அடிநுனி இல்லாகி

ஆடல் அரசனாகி எங்கிருந்தும் அரசாட்சி
தேடலில் முடிவாகி தேம்பிய தவமாகி

வளர்பிறை சூடியாகி அங்கிருந்து கங்கையாகி
வருகிறார் இவரல்லோ லோகம் போற்றும் சிவனல்லோ

பொன்னொளி மேனியவன் பொன்னுக்கும் தாயவன்
பெருங்கருணைப் பேறவன் பிதற்றும் பிறையவன்
பெயரே இல்லாதவன் இருந்தும் பிறந்தவன்
நெற்றியில் நீறவன் உன் புத்தியில் புரிவாயே

சத்தியில் காப்பவன் சரண்புக அணைப்பவன்
தீயினில் இருப்பவன் தீண்டவும் இனிப்பவன்
கோ வினில் இருப்பவன் கோயிலுள் கிடப்பவன்
கேள்வியில் கிடைப்பவன் வேள்வியில் கொடுப்பவன்

சத்தியம் காப்பவன் சாகா வரமளிப்பவன்
நித்தியம் காண்பவன் நிஜம் என்பவன் அவன்
வைத்தியம் பார்ப்பவன் அந்தணன் அற்றவன்
வைத்தீஸ் வரனானவன் புகழ் வாழியவே

86. மகேஸ்வரா

ஆசையும் பாசையும்
உனதுருவில் அடங்கியதே
அன்பெனும் வேதம்
அறிவினில் முழங்கியதே
பிறப்பது ஓர் நாள்
உடல் விட்டுப் பிரியவே
மறப்பது உன்னை
எப்படி ஆகும் மகேஸ்வரா
தருமம் தழைக்க நீ
கர்மம் கலைக்க நான்
கருணை காட்ட ஏன்
கள்வனே அழைக்கிறாய்
உன் உடலில் ஒட்டவா நான்
என் அன்பில் நனைய வா நீ
பண்பே பெருங்கடலே
இந்த பாறையையும்
தூக்கிச் செல்வாயோ
முக்தி எனும் சக்தி தர
என் முதல்வனே
அக்னீஸ்வரா !

87. முதல் மூண்டவனே

மலரெங் கெடுப்பேன் மலர்நீயாகையிலே
மன விலங் கொன்றொடித்து நீ விளையாடுகையிலே
புன லெங் கெடுப்பேன் நீ புனல் ஆகையிலே
புலன்கள் எரித்து நீ பிறை சூடயிலே

அமுதெங் கெடுப்பேன் நீ யமுதாகையிலே
பலங்கள் ஒடித்து நீ பரமாகையிலே
இரு கரமெப்படி கூப்புவேன்
நீ யென் உணர்வா கையிலே

பதங்கள் அருளும் பரமேஷ்வரனே
சிரங்கள் அறுத்து புலித்தோல் பூண்டவனே
முப்புரங்கள் எரித்து முதல் மூண்டவனே
முழுமையும் நீயே அமுதானவனே

இனி மூச்சும் காற்றும் உன் நாமம்
நமசிவாய வெனவே உரைக்கவே

88. முதல்வோனே

இறப்பும் பிறப்பும் எழுந்தருளிய பெருமானே
கசப்பும் இனிப்பும் கலந்தருளிய மறையோனே
காப்பும் கவசமும் மெய் தந்த முதல்வோனே
பூட்டும் திறப்பும் புரிபட அகல் வைத்தவனே

தமிழும் யாப்பும் தக்க உரைத்தவனே
தாயும் தந்தையும் ஆன அருஞ்சுவையே
ஒருவாய் நின்று குருவாய் மலர்ந்தவனே
கருவாய்க் கடந்து கருணையுரு ஆனவரே

உளறிய நாவில் உள் நின்றவனே
உள்ளத்தில் நின்று கள்ளம் செய்பவனே
உலகோடு விளையாடி அழகு படைத்தவரே
உத்தம வாழ்வில் உனையன்றி நானிலையே

89. இறையின் கரு

ஆதியில் ஜோதியாய் அருட்பெரும் சுடராய்
அமர்ந்தென்னில் பாதியாய்ப் பரம்பொருளே
நாவினில் தமிழாய் நான்மறை வேதமாய்
ஊனிலில் உருகிய உண்மை உறவே
கேள்வியில் விடையாய் கேட்டதும் கொடையாய்
கிடந்து வளர்ந்த கேசவக் கருவே யுருவே
காதலில் பித்தனாய் காக்கும் சித்தனாய்
கண்களில் கனிந்த காய்க்காத பழமே
உளமே உள்ளிருந்து நலமேயாடும் நடு ஜோதியே
கைகூப்ப வாராயோ மெய்யிலே மூளாயோ
இறப்பு பிறப்பற்ற இறையின் கருவே

90. ஆதிக் கரு

அருவும் உருவுமில்லா
ஆதிக் கருவா
அண்ட பிண்டத்தின்
அசையும் அன்பா
தேனும் தெளியும்
தீராச் சுவையா
ஒளியும் இருளும்
ஒடுங்கும் ஓங்காரமா
உறையும் அறிவும்
ஓர் அணுவில் நின்றதா
தெரிந்தும் தெரியாமலும்
அன்பு சொல்ல வெடித்ததா
ஆதிக் கருவே
அம்பலத்தில் ஆடுவதேனோ
உன் சூட்சுமம் அறிவேன்
சுடரே
அணைய நீயில்லை
அணைப்பதும் நானில்லை
நினைய நின்றாயே
நின்றது காண மறைந்தாயே !

91. ஆதிக் குருபரன்

இருள் ஒளியில்லா இரவு பகலில்லா
முதல் முடிவில்லா அடி நுனியில்லா
ஆசை துன்பமறியா மூவேதக் கருமணியே
முதல் நின்ற மாமணியே
முடிச்சவிழ்ந்த தேன் தனியே
தவமிருந்து கண்டாயோ
உன்னில் ஒளிக்குன்று
அண்டமெல்லாம் படைத்தாயோ
பிண்டமெல்லாம் முக்திபெற
அரு உரு அற்றவனே
ஆதிக் குருபரனே
அகிலம் வேதம்பெற
ஆசை கொண்டு உடைந்தாயோ
அன்பு மனது கொண்டாயோ
அதிலிருந்து பிறந்தேனோ உன்
அன்பு மறந்து போவேனோ

92. அரு உரு கருவே

அசையும் இசையில் அமர்ந்த ஓம் எனும் நாதமே
அசையாக் கருவில் அமர்ந்தாடும் பிரம்மமே
அடியாய் நுனியாய் அடங்கா வேதமே
கொடியாய் படர்ந்தாய் யென் உடலில் அமுதாய்
பூக்கும் காய்க்கும் புலன் விட்ட கணமே
பழமாய் கனியாய் சுவைக்கா சுவையாய் சிவமே
உன்னை நினைத்தல் சைவம் நினைக்காத நிலையே
அசைவம் அதன் பொருள் ஆடினாயோ ஆட்டத்தில்
உள்ளமர்ந்தாயோ ஐம்புலன் கடந்த அரு உரு கருவே

93. அரு மருந்து

சிவ மயமாய் சித்திரமோ
சிந்தையெல்லாமொடுங்கி
சிறு ஒளியும் பெருகியதோ
சிற்றுடல் மேனியெல்லாம்
முன்னையெல்லாம் போர் புரிந்தேன்
மூச்சு முட்ட அகத்திலெல்லாம்
புரியாமெல்லோ விழித்தேன்
புறத்தின் சீற்றமெல்லாம்
முடி தவமாய் கொளுத்தினேன்
முன்பிறப்பு கர்மமெல்லாம்
படிப் படியாய் ஏறிவந்தேன்
பரந்தாமா உன் பக்கமெல்லாம்
வழித்துணையாய் வந்தாயோ
வடிவழகு புரிந்தாயோ
வாடாத அன்புமலர்
வாசம் வாசல் இழுத்ததென்ன
விண்ணும் மண்ணும்ஆகியதோ
விருந்தாய் சிவமெல்லாம்
அரு மருந்து கண்டேனே
பெரு அண்டம் புரிந்தேனே
குரு என்று நீ இருந்தால்
கும்பிடத் தயங்கேனே !

94. தேவர் அமுது

தேடுவர்க் கரிய தே புர மூன்றெரித் தானை
கூடுவர்க் கரிய குழல் மின் சடை தரித்தானை
நாடுவர்க் கரிய நாதப் பண் இசைப்போனை
ஒடுங்குவர்க் கவன் பாதம் ஓங்கார ரீங்காரம்

நடுங்குவர்க் கிடு கண் நலிந்து போமே
கலங்குவர்க் கொரு தெளி நீராமே
மயங்குவோர்ப் புவி மாயை மேலே
தயங்குவர்க் கிலையே தேவர் அமுதுதானே

95. இறையே

ஆதியும் ஜோதியுமாய்
அண்ட விண்டத்தில்
கண்ட முண்டத்தில்
கடந்தவனே

பாதியும் சக்தியாய் செல்
மிச்சமும் சிவமாய்
சேர்ந்தே சூழும் சுடரே

சிவனும் சித்தனாய் மெய்
சீவனும் இட்டதாய்
நாவினில் தோன்றும் நறு ஒலியே

கூறுதல் கடமையாய்
கூத்தனின் நாமமாய் கூறி
பறி வை கூட வருமே தனியே

ஆறுதல் முழுமையாய்
கூடுதல் தேவையாய்
ஆடித்திரியும் அலங்காரனே மதியே

போற்றுவேன் போற்றி

போற்றி போற்றி போகுதல்

தனியில்லையே இறையே

96. இறைவன்

திக்கெட்டும் பரந்த திகம்பரன் நீ
தித்திக்கும் நிர்மல குணத்தனும் நீ
முத்தொழில் புரியும் முதல்வனும் நீ
மூவேந்தர் தொழிலின் தந்தையும் நீ

ஐந்தென்று முகம் காட்டும் ஆடலும் நீ
அருஞ்சுவை வேதத்தின் மெய்ப்பொருள் நீ
அழிகின்ற தேகத்தின் ஆக்கமும் நீ
அன்னை தந்தையாய் காப்பவனும் நீ

அருமறை வேதத்தின் கருப்பொருள் நீ
ஆதிசக்தியின் குருவும் நீ
அழகிய புவனத்தின் ஆக்கம் நீ
அம்பிகை ஈஸ்வரனின் சத்தியம் நீ

காணவும் கிடைக்காத யோகம் நீ
கல்வி தரும் ஞானத்தின் சரஸ்வதியும் நீ
செல்வம் தரும் போகத்தின் பொருளும் நீ
பிணியுடை மனத்தின் மருந்தும் நீ

ஆதியில் அமர்ந்த அமரனும் நீ
யோதியில் ஆடும் யோக மைந்தன் நீ

அர்த்தத்தின் வாசலில் தத்துவம் நீ
அழகிய நினைவில் உணர்வும் நீ

அற்புதங்கள் நாளும் புரிபவன் நீ
அன்றாடம் அண்டத்தை விரிப்பவன் நீ
அழகிய தமிழின் சொல்லும் நீ
இராவணனை வென்ற ராமனும் நீ

ராகத்தின் தாளமாய் வருபவன் நீ
ராம சீதையின் தலைவன் நீ
வில்லோடு அம்பாய் நிற்பவன் நீ
வினைசெய்யும் சூரரை அழித்தவன் நீ

தர்மத்தை என்றும் காக்கும் தருமனும் நீ
என்றும் சம நிலை காட்டும் சர்வமும் நீ
துருவங்கள் காட்டும் திசைகளும் நீ
திசைகளை ஆடையாய் அணிந்தவன் நீ

பேரழகில் மதனை ஈர்ப்பவன் நீ
பெரிய கொடையில் கருணையும் நீ
புயலுக்குப் பின் அமைதியும் நீ
புரிகின்ற சித்தின் வித்தும் நீ

யாராலும் அறியாத ரகசியம் நீ
ஸ்ரீ ராமனே புரியாத குழப்பம் நீ
தில்லையில் சிறந்தாடும் கூத்தன் நீ
திருமறையின் ஏடுகளில் மறைந்தவன் நீ

சகல கல்வியின் சாரம் நீ
சம சாரத்தின் சம் சாரமும் நீ
எழுகின்ற மலையின் சக்தியும் நீ
எங்கேயும் ஓடுகின்ற காற்றும் நீ

எங்கும் வியாபிக்கும் வியாசனும் நீ
எதையும் இயக்கும் இறைவனும் நீ
என் குலத்தின் வழி வழியே வந்தவன் நீ
என் குலத்தை காத்த குருபரனும் நீ

அருவத்தின் மறையாய் இருப்பவன் நீ
உருவத்தின் அழகாய் தெரிபவன் நீ
எதை முதல் என்று அறியார் மூடர்கள்
நீ கடைவழி என்றும் அறியாரே

யாசகம் வேண்டின் யாதொன்று உரைப்பேன்
எனக்கென் தேவை எல்லாம் என் தாய் அறிவாளே
அருளும் பொருளும் அனைத்தும் உன் வீடு
எனக்இனி தருவதும் தராததும் நின் தயவு

பசி வந்த குழந்தைக்கும் ஞானப்பால் கொண்டு ஈய்பவனே
விதியையும் அகற்றும் வேதம் கொண்டவனே
என் குல வழி வந்த கோமகனே
என் விழி வழி ஆன வீணையின் நாதனே

என் குலம் காத்து அருள் செய்வாய் நேசனே

என் உயிர் காத்து தமிழ் செய்வாய் தமிழனே
முத்தமிழாய் விரிகின்ற வேதமே
உன்னை
இது முதல் முறையோ வணங்குகிறேன்
காலமே

நிராதி நீர் நிற்பதாக
நிர்மலம் என்றும் தழைப்பதாக
அனாதி ஆகமம் வாழ்வதாக
அன்னையும் தந்தையும் பூரண சுகமாக
விராதி வீரர்கள் எழுவதாக
தீய வினைப் பயன் இனி அறுவதாக
தீண்டும் கடல் என்னுடன் சேர்வதாக
தீதும் நன்றும் எனைக் காப்பதாக
நின் திருவடி கிடந்தேன் கிடந்தேன்

திருச்சிற்றம்பலம்

97. காக்கும் பரமே

பிறந்தாலும் இறந்தாலும் பிறிதறியேன் பராபரமே
மலர்த்தாளும் மனத்தாலும் மறந்தறியேன் மாணிக்கமே
சிரம் தாளும் புறத் தாளும் புணர்ந்தறியேன் புண்ணியனே

உருவாலும் அருவாலும் உலகாளும் ஓம் நாதம்
நழுவாது நகையாகி நமைக்காக்கும் எந்நாளும்
நஞ் சதை உண்டாகி நம் உயிர் காத்தாகி நடு பரனே

பொன்மலர்த் தாளாகி பொதிகையில் பூத்தாகி புலர் விடையே
அன்பெனும் ஆறாகி அணை தகர்க்கும் கடலே
அறிவிலும் பெரிதாகி அது மறைக்கும் மருந்தே

துரும்பிலும் துரும்பான எனை மீட்டும் இனியானே
கரும்பிலும் கரும்பான கைலையில் உறைந்தானை காண சுகமே
அக் குன்றில் விளையாடும் அமரனை எந்நாளும் துதி மனமே

அருமறை அணிந்தோனை அனுதினமும் பணி தலையே
திருமறை தான் தாங்கும் திருமகள் இடப்பாகம் அணிந்தவனே
முடியினில் நீர் தாங்கும் முச்சந்திரன் அணிந்தானும் முழுப்பகலே

முதுவொளி எந்நாளும் மூண்டு நிற்கும் உயிர் யாவும் காக்கும்
பரமே

அதுவழி உறைவோனை அக வழி சிறப் போனை அணி மனமே
பணிவிடை புரிவோனை பகல் இரவு நினைமனமே

நித்தமும் சிறந்தானை நீறு கொண்டு அணிந்தானை பூசு மனமே
சப்தஸ்வரம் கொண்டோனை சுகி மனமே
சுந்தரத்தமிழ் கொண்டு சூரனை வெல்மனமே

சுடரிலும் அழகோனை சூழ்ந்த திருவண்ணா மலையானை
சேர்ந்திரு திருத்தவமே
இடரிலும் நினைந்தவனை இணைந்திரு என்றும் பவனையே
இத்தாள் மறவோனை என்றும் காக்கும் பரமே

98. குரு நாமம் வாழ்க

குருவாய் நின்ற ஒருவாய்
குணமாய் கிடந்த சித்திரமாய்
தானாய் மலர்ந்த தத்துவமாய்
தனியாய் இலாத நர்த்தனமாய்

மேலாய் உதித்த வெண்பிறையாய்
பெண்ணாய் பிரிந்த பேதகமாய்
மண்ணாய் ஆன மகத்துவமாய்
விண்ணாய் விரிந்த பொன் சடையாய்

குடையாய் காத்த குலம் வழியாய்
குன்றில் நின்ற குருபரனாய்
கோதைக்கு ஏற்ற ரகுவரனாய்
கோவில் நின்ற கோபரனே

எண்ண இனிக்கும் இனிப்புடையாய்
என்னை இனிமேல் இனிப்படையாய்
வண்ணம் தூக்கும் வடிவுடையாய்
நின் வாசல் பாதம் கண்களே

விருந்தை தந்து விளக்கி வைத்தாய்
விளக்கையும் விளக்கி ஏற்றி வைத்தாய்

விளக்கும் விளக்கும் ஒன்றே
விளக்கி அறிதல் விளக்குக்கும் நன்றே

நோயும் பிணியும் தீர்க்கும் அருமருந்தே
நாளும் இனியும் குருவிருந்தே
சேயும் தாயும் சேர்ந்திருந்தே
செய்த தவங்கள் முன்பிருந்தே

பொய்களின் அலங்கார வில்லுடையே
மெய்யே நீயென்று எனதுடையே
அஞ்சுவதற் கிங்கொரு பொருள் எனக்கிலையே
அஞ்சினில் அமர்ந்தாடும் அறிவுடையே

பொய்யை இங்கே விரித்து வைத்தார்
மெய்யை அறியாத கள்ளர் இவர்
புகழ்கின்ற திசையும் மறந்து நின்றார்
புகழைப் பூட்டிய வில்லோனே

அகலை ஏற்றி அகத்தில் நின்றால்
அகத்தியன் வாழ்வு நித்திலமே
அகலை அகலா நிலை தருவாய்
அம்மையும் அப்பனான குரு பரனே

பொன்னே புகழே தூமணியே
முன்னே கிடந்த பெட்டகமே
இன்னே இப்போ ஒரு மணியே
சிலந்திக்கும் இரங்கும் சிவபரனே

நந்தி காத்த நதி வடிவே
முந்தி இருந்த முதிர் பழமே
பிந்தி தெரிந்த பிதிர் வடிவே
குந்திக் கண்டேன் குண நிலவே

வாழ்க வாழ்க குரு பாதம் வாழ்க
வாழ்க வாழ்க குரு சொல் வாழ்க
வாழ்க வாழ்க குரு குலம் வாழ்க
வாழ்க வாழ்க குரு நாமம் வாழ்க

99. கோ பரனே

கற்றது நானறியேன்
கடலும் வானமும் பொருள் அறியேன்
உற்றார் பெற்றார் உலகறியேன்
உண்மையும் பொய்யும் நான் விளங்கேன்

உண்டதும் உடுத்ததும் உழன்று நின்றேன்
கொண்டதும் கொடுத்ததும் கோ பரனே
கொற்றவன் ஆடும் பிறை நிழலே
கொம்பினைப் பூட்டில் கழன்று நின்றவனே

அற்புதன் ஆளும் அறிவுடலே
ஆசையில் ஆடும் தேய் பிறையே
பிறப்போடு இறக்கும் பெரும் சூத்திரமே
பித்தனே பிறிதொரு இன்பமிலை உலகே

100. பரம்பரன்

நினைவழியா நின் முகத் தோன்றலை
யென் கனவழியா அகத்துடக் கரும்பனை
சுகமழியா சுகத்துக் குடந்தனை
சீர்தரும் சிற்றம்பலத் தோனை சிரமுடை
போற்றிப் பணிந்தேனே

இரவி மதியிலோர் கதிர்க் கடம்பன்
குல வழியிலோர் முதல் தோன்றன்
உயிர் வழிக்காதி பரம்பரன்
உத்தம நீறுடை வேந்தனை யுணர்ந்து பணிந்தேனே

பிறர்தர வருமோ ஞானம் பிறையுடன் ஓதும் வேதம்
பெருமடை திறந்த வெள்ளம் பிறையுடன் கங்கைக் கள்வன்
உடலது சாம்பல் பூசி உலவிடும் காடு எங்கும்
உளத்துடை இருந்து நாளும் பரவிடை பகிர்ந்தோனை குருவெ-
னப் போற்றிப் பணிந்தேனே

101. ஏகாம்பரனே

உள்ளவன் உற்றவன் உள்ளத்துள் ஊற்றவன்
உணர்ந்தவன் உள்ளுக்குள் உண்மைப்பொருளவன்
உள்ளத்தே உறைகின்ற ஓங்கார ஓம் அவன்
கள்ளத்தே கவர்கின்ற கருணை வள்ளலவன்

காணோர்க்கும் கண் நோக்கும் கண் நின்ற காதலவன்
விண்ணோர்க்கும் மண்ணோர்க்கும் வினையறுக்கும் விசித்திரன்
தொட்டார்க்கும் கெட்டார்க்கும் தோழனவன்
வினை விட்டார்க்கு விதி மாற்றும் வடிவேலவன்

வினை கொண்டோர்க்கும் கதி என்ற கற்பகன்
முப்பகல் வேண்டியே தொழுதிடு அவனை
மூலமே நினைத்து எப்பொழுதும் வாழ்ந்திடு
தப்பென இல்லை அவன் பெற்ற பிள்ளை நீ
தவறா நீ தொழுதால் அவனை

கொடுத்தான் கொண்டான் கோவிலில் இருந்தான்
இருக்கான் இருப்பான் என்றுமே உள்ளான்
நுண்ணான் நெய் போல் கரைந்தே உள்ளான்
எண்ணான் எப்படி எண்ணத்துள் அறிவான் அவனை
எங்கும் நிறைந்த ஏகாம் பரனே அவனே

102. ஏகப் பரன்

நின் புகழ் பாடாத் தமிழால் இனிப்பென்ன
கண் மலர்க் கருணைக் கடலும் கிடந்தென்ன
மன் உயிர் வாழ மதி செய்த வேந்தே
உரை கொண்டு உரைத்திட குரல் தந்த குல மே

மண் கொண்டு விண் அளந்தார் அறியாப் பரமே
மனம் கொண்டு காணார் மரகத ஒளியை
மறை கொண்டு ஓதியும் புகழ்ந்தார் உன்னை
ஏதுண்டு வாழ்த்த ஏகப் பரனை எழுத்தன்றி
வேறு

திருநீலம் சொட்டும் திருவடி நிழலை
தீண்டி நின்றோர் அடியார் திருவண்ணை
அருளும் நாத முடியோனே
பெற்றாலும் பேறு உன் பெருநாமம் உரைப்பது பேறு
பெற்றவன் நீயிருக்க பிதற்றுவனோ மற்றது

ஒரு தாள் திறந்திருக்க தேடுவரோ திறப்பு
இறப்பொன்று காத்திருக்க இன்புறுவரோ
இறையொன்று தனித்திருக்க இரை தேடும் உலகம்
இவர் அறியார் அமுதம் பேரின்ப நாதம்

அடியும் முடியும் அளந்தார் இல்லை
அறிவும் உயிரும் படைத்தார் இல்லை
எண்ணும் எழுத்தும் தோற்றினார் இல்லை
அண்டமும் பிண்டமும் அறிந்தார் இல்லை

ஏகன் படைத்த எல்லாம் நாதம்
எருமையில் நிற்கும் காகமும் நாதம்
கருமையில் திறக்கும் திருச்சுடர் வேதம்
கண்நின்று காக்கும் கருணைப் பேறே

குரங்கென்ற மனத்தில் சடங்கென்ன ஞானம்
கொக்கினைப் போலே காப்பது தருணம்
தர்ப்பையில் ஏது தத்துவ வசனம்
கற்கையில் அறியோம் கண்கண்ட தெய்வம்
கிடந்தது இங்கே கிளர்கின்ற பேறு
கிண்கிணி என்றே ஆடுது பாரு
மடை திறந்த நீர் போல் மன்னவன் கருணை
உடைத்து நின்று பாரு உள்ளுக்குள் அவனை

ஓங்கார நாதமும் உண்மையும் போற்றி
உருகாத உள்ளமும் உணர்வும் போற்றி
ஒளியான விளக்கே ஓர் கடல் போற்றி
அழியா நிலையோடு அருள்வாய் போற்றி

103. பரம்

இன்பந் தொழு திரண் டறக் கலந்
தென் பர மதைத் தீண்டிடக் கரைந்
துன் பமொருமுறை விடை பெற
நினைந் தெள்ளமுதி னைப் பருக
மறந் திங்கு மனதிடை கிடந்தேனே

அள்ளக் கொரு முறை ஆற்றல் தரு
முனை கிள்ளக் கிளியானை க் கொன்றும்
புரியானை மெள்ளக் களவெடுத்து
மீண்டும் இருந்தானை மிஞ்சியதொ
ருவிண்ணில்லை யென்றேனே

104. ஏகம்

ஏகமே இட வல பாகமாய் இரண்டாய் இருந்தே
முத் தொழில் மூன்றீசர் நால்வேத மெய்ப்பொருளாம்
பூத ஐந்தும் புடை சூழ ஆறாய் அவன் உள்ளிருக்க
சக்கரம் ஏழு மேனி தோன்ற சரணமேயாம்
அஷ்ட திக்கும் பரந்த பரமாமவன் ஜோதி
நவ கோள்களுக் குள் ளடங்கும் நமச்சிவாயமே

105. ஓம் எனும் நாதனே

யாரும் விதைக்கா முத்து நீ
வேதம் இயம்பும் சுயம்பு நீ
காலம் இல்லா கரு நீ
அந்தம் ஆதியில்லா சிவம் நீ
அடி நுனியில்லா கரும்பு நீ
அரு உரு இல்லா ஆனந்தம் நீ
அன்பே உருகும் அமுதம் நீ
முன்பே இயங்கும் மூத்தவன் நீ
முற்றிய ஞானப் பழம் நீ
எத்திசையும் விளங்கும் ஒளி நீ
ஓம் எனும் ஓங்காரமும் நீ
ஒளித்து விளையாடுவதும் நீ
உண்மையில் கள்வனா நீ
உள்ளம் கவர்ந்த குருவா நீ
உலகே மயங்கும் மெய்ப்பொருளே நீ
உன்னிடம் சரணடைந்தேன்
ஓம் எனும் நாதனே

106. சீலமும் அதுவே

முன் நின் றெதுவோ மூத்த தெதுவோ
கண் நின் றெதுவோ காதலும் எதுவோ
பண் நின் றெதுவோ பரவொளி யெதுவோ
வெண் நின் றெதுவோ வெண் நீறெதுவோ
விண் நின் றெதுவோ வீழாத தெதுவோ
மண் நின் றெதுவோ மாளாத தெதுவோ
சொல் நின் றெதுவோ சோதியான தெதுவோ
தமிழ் நின் றெதுவோ தனித்த தெதுவோ
பழம் மென் றெதுவோ பிரம்மமும் அதுவே
நீ யென் றெதுவோ நீயும் அதுவே
சிவ மென் றெதுவோ சீலமும் அதுவே

107. கருணாகரா

பொன் மேனி சுடர்ச் சடையா
முன் நின்ற முதல் அழகா
விண் போற்றும் வெண் மனதா
உன்போல் யார் அழகா
பண் போல் இசைக் கடலா
உன் போல் சுரம் அழகா
பிரணவ பின்னல் சடையா
பித்தனும் முக்தனும் நீயா
அப்பனும் அம்மையும் நீயா
அண்டத்தின் அசைவே நீயா
அணுவின் கருவே வீடா
அம்பலவா அருணாச்சலா
கண்ணொளியா கருணாகரா
சரண் அடைந்தேன் நின் பொற்பாதம்
இனி வரம் வேண்டேன் நீயிருக்கையில்

108. கீர்த்தப் பிரியன்

விடையிற் கிடையோன் விளம்ப முடியோன்
கிடையிற் கரியோன் கீர்த்தப் பிரியோன்
சடையிற் பொன்னோன் சரஸ்வதி ஏடோன்
சிவபுரம் மேவிய சித்தனின் முதல்வனே

திரிபுரம் வென்றோன் தினமலம் எரித்தோன்
திரிதனில் நின்றோன் தீப ஒளியோன்
தருவன புவத்தில் தாயினும் சிறந்தோன்
நெறிபட நின்ற நெற்றித் திருநீறே

பிடிபடக் கிடையோன் பிதற்ற வாரோன்
பெரி தவப் புதல்வன் பிறப்பே இல்லோன்
அரி தவம் ஆண்ட அழகுடை இயல்போன்
பெரு மடைக் கொலுவை பெற்ற தாயோன்

பழிக் கிடைக் கிடந்து பருக வல்லோன்
விழிக் கடை நின்ற எனக் குடை தானே
தமக் குணர் நல்ல தவமெனும் சீலன்
உனக் குணர் விக்கும் உயர் பொருள்தானே

109. நிரந்தரன்

தன் நலம் உனக்கில்லையோ
தரும் சுகம் உனக்கில்லையோ
தந்தை தாய் உனக்கில்லையோ
கொண்ட தாய் ஏதுமில்லையோ

முன்னதாய் மூண்ட தீயே
முழுமுதல் ஆன நீயே
பின்னலாய் பிறந்த நீயே
பிறையும் சூடும் தீயே

உற்றதாய் யாரும் உளரோ
உறவென்று கதவு திறரோ
கற்றதாய் கனவு இலையே
கருத்தெனும் பயிரும் இலையே

நிரந்தரன் நிற்கும் காடே
சுதந்திரன் சுற்றும் தீவே
பிறந்ததன் நோக்கம் என்ன
பிள்ளையின் ஆசை என்ன

எல்லாமும் நிறைந்த நீயே
எல்லையை விரிப்பதேனோ

எங்களில் ஆடும் நீயே
ஏகத்தின் தலைவன் நீயே

உன்னை உரையாத தமிழுக்கு பெருமையுண்டோ
உன்னிடம் கரையாத அன்புக்கு
கருணை உண்டோ
உன்னை போற்றா நெஞ்சுக்கு
நிம்மதி உண்டோ
உன்னை வாழ்த்தாத உயிருக்கு
வாழ்க்கை உண்டோ

நின்னை ஒருவன் அன்றி
நான் வேறெதுவும் காண்பதில்லை
கண்டதும் உனையன்றி
காணாதவர் யாரும் இலரே

குன்றா ஒளி விளக்கே
கூடும் திரு விளக்கே
நன்றாய் ஒரு விளக்கே
அதை நாளும் நீ விளக்கே

வற்றா மடையென வரும் வெள்ளம் திசை அறிவியோ
காற்றாய் இருந்தானை காலமெல்லாம் நீ அறிவியோ
ஊற்றாய் இருப்போனை உள்ளமதில் நீ ஏற்றுவியோ
ஏற்றதாய் இருப்போனை எக்கணமும் ஏந்து நீயே

உள்ளமும் விரும்பும் தேனே

உள்ளதைக் காட்டும் மெய்யே
கள்ளமும் வென்று நானே
தரும் தமிழும் நீயும் தானே

110. திருச்சிற்றம்பலம்

அகலாதும் அனைத் தாண்ட
அதுவாதும் விதைத் தாண்ட
விளக்காலும் வெளித் தாண்ட
விடையாலும் மேல் ஆண்ட

குடையாலும் காத்தாண்ட
குகனாலும் மேல் ஆண்ட
குமரேச அருள் தாண்ட
குகனாகி குரு தாண்ட

திரு மாலும் அடி தாண்ட
பிர மாலும் முடி தாண்ட
பெருமாளும் அறியாத
பெரு தீபம் நமைக் காக்க

பரியாக புரியாக புரியாத புதிராக
தெரியாத தேர் ஆக
தெளிவாக அறியாத
திருமூலன் வாக்காக

தவித்தோர்க்கு தாயாக
தரும் வீடு நமக்காக

அடித்தோர்க்கும் அன்பாக
அமைந்தானே மலையாக

அஞ்சாத கெஞ்சாத
அடித்தோன்றல் வழியாக
விழித்தோன்றல் மெய்யாக
உரைத்தானே உண்மையாக

நினைத் தாண்ட கடலாக
நினைப் போர்க்கு வித்தாக
நமைப் போற்றும் நகையாக
நமசிவாயனே நாமாக

நல்லோர்க்கு நலமாக
நடுபரத்தில் குன்றாக
நஞ்செடுத்து நமைக்காக்க
நர்த்தனம் புரிவோனே

நம நம நம சிவாய வாழ்க
நட நட நட நடராஜன் வாழ்க
கண கண கண கணபதி வாழ்க
சர சர சர சரவணபவ வாழ்க

திருச்சிற்றம்பலம்

111. கலியுக வரதன்

புரி தவம் புதல்வன் நல்லோன்
புரம் மூன்றெரித்த புகழில் வல்லோன்
நரிதனைக் குதிரையாக்கி
இளம் பிறையினை சூடும் சொல்லோன்

இட புரம் தேவியை இருத்தி ஆட்டி
இடப நந்தியில் முகமும் காட்டி
சடைதனில் கங்கை ஏற்றி
சரஸ்வதி மாலுமாகி

சரவணன் தந்தை ஆகி
முதல்க் கணபதி ஈன்றதாகி
கஜமுகன் கனிகள் ஈன்ற
பொற்பதம் திருவடி தாங்கி

தில்லையில் உறைந்து ஆடும்
திரு சிற்றம்பலம் குடைகளோடு
குறைவிலர் குறைகள் நீக்கி
அருள்பவர் அகரம் நீயே

கிடைத்தன வாழ்வு தாங்கி
கிடைபட உருண்ட வாழ்வு

உனதென உலகுமாகி
உன்னடி சேர நலமே

ஒரு மலை சிவமுமாகி
ஒளிர்கின்ற தீபமாகி
திருவடி சேரும் என்னை
திருவண்ணாமலையில்
வையும் நன்றே

கலிமுதல் களங்கமாகி
கற்றது உன்னைப் பெற்றே
கலியுக வரதனாகி
காக்கும் என் காவலன் போற்றி

இகம் பரம் இழுத்து ஆட்டி
இருப்பவை செய்து ஊட்டி
பசி வர பார்த்த பிள்ளை
யாரிடம் செல்லும் சொல்லு

இதுவரை தந்த வாழ்கை
இனிப் போதும் நில்லு
இனிப்பெது அறிந்த நானும்
இனிப் பிடிப்பது உனது பாதம்

சரிவர போற்று என்னை
சரவணை தந்து என்னை
கரியுடை மாலும் காக்க

கற்ற நெறி நின்று போற்றே

சிவ சிவ சிவ போற்றி என்றே
சிவ சிவ சிவ சிவ ஆகி நின்றார்
சிவ சிவ சிவ சிவ கதியும் ஆகி
சிவத்துடன் கலந்து சிந்தை வென்றார்

112. அதிரூப சாந்தன்

ஆழியில் ஒருவனடி அலங்கார கண்ணனடி
அதிரூப சாந்தனடி அனைவர்க்கும் மன்னனடி
தேடினில் தெரிவானடி தெள்ளமுது அவனடி
திரு ரூபம் அவனடி குரு ரூபாய் அருள்வானடி

நின் வாழ்த்தவனடி நிலை கொள் தவமடி
முன்னோர் அவனடி முதுமை இலையடி
சொல் வாக்கவனடி செல் வாக்கவனடி
நல் வாழ்வவனடி நால் வேதம் அவனடி

குருவாக் கவனடி குகனும் குருவடி
திருவாய்த் தமிழடி திருச்சுடர் அவனடி
தெளிவாய்த் தெரியடி தேனிலும் இனிப்படி
ஒருவாய்ச் சுவைத்து விட்டால்
ஒருபோதும் இறப்பிலையடி

113. வாழ்வது அவனே

பெற்றேன் கற்றேன் பெரு அருளே
உற்றார் உறவினர் போல் உயிரே
விட்டேன் விட்டேன் விதி இருளே
விட்டத்தில் ஆடிய பெரு மகனே

சந்திரச் சூரிய சதுர் பிறையே
சங்கமம் ஆகிய சங்கத்து தமிழே
புகழினை சூடிய பெரு மறையே
புண்ணியம் உனக்கே எனக்கிலையே

நஞ்சையும் விஞ்சும் நல் மணியே
நன்மைகள் புரியும் நடு மணியே
அஞ்சையும் காத்த அரு மணியே
ஆடியே சுரக்கும் அருள் மணியே

எப்படி மறப்பது என் உயிரை
நற்படி காக்கும் நம சிவத்தை
மேற்படி ஏற்றும் ஒரு விளக்கை
கீழ்படி நின்று போற்று திருப்பதத்தை

உய்யவும் ஓங்கவும் ஒரு சிவமே
பையவும் வருவான் பாங்குடனே

குடத்தினில் ஆடும் குல விளக்கே
கும்பிட்டு மகிழ்ந்தேன் ரகுவரனே

மறை என்றோதும் மணி வண்ணனே
மறைந்தது காண கண் தருவாயே
குழல் எடுத்தூதும் கோகிலனே
உன் குலம் கொண்ட நானும் வாழ்கவே

கதவை மூடா கற்பகமே என்
கண்ணுக்கு விருந்து நின் அழகே
அறிவினை சொரியும் அருந்தமிழே
அறிந்த பின் அறிந்தது வேறிலையே

அற்புதம் நாளும் கண்டீரோ
அவனது நடனத்தில் மெய் மறந்தீரோ
அமுதத்தை நாளும் உண்டீரோ
அவனது பாதத்தில் சரண் அடைந்தீரோ

எனை சுமப்பவன் அறிந்தேன் சுகம் இனியே
காப்பவன் அறிந்தேன் காப்பினியே
கடந்தது கண்டேன் கண் இனியே
வாழ்வது அவனே நானிலையே

ஓம் நமசிவாய

114. உயிர்த்திரு

கை தொழு வண்ணமே
மெய் தொழு எண்ணமே
உய் தெழு வண்ணமே
உயிர்த்திரு நித்தமே
பசித்திரு முன்னமே
தனித்திரு தன்மையே
விழித்திரு வெறுமையே
களித்திரு இன்பமே
கண்டு கொள் அவனையே

115. பழங்குடை

தெள்ளத் தெளிந்த திரு விளக்கே
உள்ளத்தில் ஒளிந்த மறை மணியே
கள்ளத்தில் ஆடி நின்ற கரு மணியே
இன்பவெள்ளத்தில் இப்போ பெருமழையே

சொல்லத் தமிழ்தந்த சோதி நிலவே
நல்லத்தில் நின்ற நடு மணியே
நா வெல்லத் தேன் தரும் தேன்மொழியே
வில்லை உடைத்து வீரம்பேசும் ரகுவரனே

கற்பனைக் கெட்டா காணொளியே
கற்றதுக் கெட்டா கரு மூலமே
வாசிக்கும் முட்டா வான் மூலமே
நான் நன்று யாசிக்கும் திருப்பதம் நீயே

சொல்லத் தகுந்த திருத்தமிழ் நீயே
அள்ளிப் பருக இனிப்பதும் நீயே
சொல்லி சொல்லி புகழ்வதும் நீயே
நான் உரைத்து மணக்கும் சந்தனம் யாரே

கல்விதனை வேண்டலாமோ கடை வழியே
சொல் இதனை தாண்டலாமோ நா வழியே

முன் இதனை பூட்டி வைத்தாய் முதுவழியே
நல் இதழைக் காத்து நின்ற நமச்சிவாயனே

தேயாத வளராத தேன் பிறை நீயே
தேம்பியே உம்பிய திருவிடை நீயே
தாளாத தாகத்தின் தருமமும் நீயே
வாளாத காலத்தில் வந்ததும் நீயே

எப்படி உன்னைக் குளிர்விப்பேன்
எது தர நான் யோசிப்பேன்
அப்படி அது தர முனைந்து விட்டால்
அதுவும் நீயென நான் சிரித்தேன்

துறவின் பெருமகன் நீயே
தூரத்தில் நின்ற தூறலும் நீ
அருகில் இருந்த குருபரன் நீ
ஆடி நின்ற அழகுடை நீ

நான் பாடி நின்ற பழங்குடை நீ
தேடி நின்ற தெள்ளமுது நீ
நான் வாடி நின்ற போதெல்லாம்
வந்து காத்தவன் நீயல்லோ நமசிவாயனே
போற்றி போற்றி உன் திருவடி போற்றி

116. காப்பது நீ

நினைவது நின்னை நித்தமும் பேறன்றோ
கடவது என் சுழல் கடந்ததும் பேறன்றோ
மறைவதும் தெரிவதும் மதுசூதா நீயன்றோ
மறையெனும் வேதமும் நின் மணிமுடி தானன்றோ

அறிவெனும் அறிவையும் கடந்தபின் நீயன்றோ
அண்டமும் அணுவும் உன் அ கரத்தில் அடக்க மன்றோ
இப் பிண்டமும் வாழ்வும் இப்பிறவியில் நிலையன்றே
சுடர்க்கொடி தனில் ஆடும் சுயம்பே இயம்பு இன்றே

இடர் தனில் இடறி உளறும் நா நமச்சிவாயமே
சுடர் தனில் ஓங்கும் உன் சிறு வொளி சிவம் என்றே
கடை வழி காட்டி யென்னை காப்பதுநீ நன்றே
கரைந்த பின் நானும் நீயும் ஒன்றே

117. முடி திலகமே

ஒப்பற்ற ஓங்காரமாய் ஒளியகலா மெய்ச்சுடரோ
ஒரு மரநிழல் போல் கழல் காட்டும் கடைவிழியோ
திக்கற்ற கடையோர்க்கும் திசை காட்டும் திருவிளக்கோ
மறை நான்கில் ஒளிந்திருக்கும் மன்னனவன் கண்டீரோ

திசை யாவும் பரந்திருக்க என் திருவாய் பாடுமோ
தில்லையில் நீ ஒளிந்திருக்க திருவமுதம் தேடுவாரோ
எங்கும் பரந்த விருந்தே யென் பசியால் தேடும் அமுதமே
மயில் போலிங்கு அழகுகாட்டி திரைதனில் தமிழ் உரைத்தாயோ

நின்னை போற்றுதற்கு யாரால் முடியும் முடி திலகமே
சாற்றுவதற்கு தமிழைத் தவிர என்னிடம் வேறில்லையே
சான்றோர் ஈந்ததெல்லாம் போதாதோ என் அப்பா
புழுவின் கீழ் வாழ் என்னிடம் நினைத்தவிர வேறேதும் இல்லை
ஐயா

உருகும் உள்ளத்தில் நீயுண்டு பெருகும் கண்ணீரில் உழல்கின்-
றேன்
சிறிது வாய்த்தாலும் அது நின் சித்தமே
சிலம்பரசே சிற்றம்பலமே அடை நிகர் ஆனந்தம் நீயே
அது முறையால் இங்கு தேடுவதற்கு உனையன்றி வேறில்லை
ஐயா

விசை கொண்டோடும் படகு போல் மனம்
நின் திசை காட்டி செல்கிறது
குறைவிலா தந்தவன் நீயே திருமறையே
இனிக் குறைகளும் களைபவன் நீயே
என் விழி இனி யாரைக் காணக்கூடும்
திருச்சிற்றம்பலமே

118. பேறுடை பூரணமே

நீறுடை நெறி தரித்த பேறுடை பூரணமே
சீர் கொடை அளிக்க வல்ல சிற்றம்பலமே
தாள் மடை திறந்த இன்பம் தருகவே பலமே
கோன் மறை நாலு கொண்ட கொடுமுடி அரசே
காலனை காலில் மிதித்த மிதிலையின் மைந்தனே
தாள் உனைப் பணிந்த பிள்ளை யான் உனைப் பாடலோ
நாள் தரும் பொழுதில் இன்பம் நமசிவாய நல்கு நன்றே

119. தயாளன்

அற்பனை அகத்தில் சுட்டு
அருமறை தாங்கிய பட்டு
பெருமடை பிறந்த பித்து
அருங்குடை ஏந்திய வித்து
அழகிய மலையனின் விந்து
அகண்டதோர் அண்டம் ஆண்டு
அவிழ்ந்ததோ அன்பு கண்டு

புரண்டதோர் புவியில் உழன்று
புண்ணியன் திருவடி தேடி
புரிபட உரைத்த மன்னன்
எரித்ததோர் சிகரம் இதுவே

எதுவரை இந்த வாழ்வு
எழுவதும் வீழ்வதும் வேலை
நடிப்பது கொண்ட நாளை
நம்பது நமசிவாயனை

ஒன்பது கோளுடன் வேலை
உண்பது தினமும் காலை
வெண்பசு விரண்ட வேளை
விமலனை போற்று நீரே

மருந்தென கண்ட அவனை
அருந்தென கொடுத்த விருந்தை
அவனடி சூடிய தருணம்
என் ஆவி பிரியும் என்றோ

அழகிய மேனி கொண்டன்
அகிலமும் கொண்ட சொத்தன்
அமர்ந்த மலை எங்குமுண்டு
அவனை விட சிறந்த தயாளன்
அண்டத்தில் யாருண்டு

120. முனிவன் பாட்டு

உருக வொரு உள்ளம் தன்னை
உள்ளுக்குள் வைத்தென்னை
பருக வென்று பாகம் வைத்தானை
அருகி அடி சிரம் பணிந்து போற்றுவோமே

வெளிற நின்ற வெண் நீறாகி
பிளிறி நின்ற கரித் தோலுரித்து
பிறையோடு கங்கை சூடி
பதி நின்ற கோவே போற்றி

ஆடி நின்ற கணங்கள் பாடி
அப்பனை துதிக்கும் நாடி
அரவ மொன்று கழுத்தில் ஏற்றி
அமர்ந்த ஜோதி போற்று நெஞ்சே

சிலம்புகள் பாத மாட
சீர்வரிசை கேளு உற்றே
நரம்புகள் நாணும் ஏற்ற
நர்த்தனம் காணு கண்ணே

உடுக்கினை உலுப்பி ஆட்டி
உத்தமன் பேசும் விட்டம்

உதித்தவர் வணங்க நின்று
உலகு காக்கும் பாதம் போற்றி

அருமறை போற்றும் அண்ணல்
அமர்ந்த குன்று தானும் ஓங்க
ஓம் என்ற குரலைக் கேளு
சாவு நின்ற சுடலைக் காட்டில்

நாத மென்ற வெள்ளம் ஓட
நாதன் நின்ற வழியைப் பாரு
நமக்கு ஏது நெஞ்சில் பூட்டு
நமச்சிவாய உலகப்பாட்டு

பெற்றதோர் வரங்கள் கோடி
பெரிய ஞானன் உனக்கு ஆதி
அற்ற தோர் இன்ப துன்பம்
அடங்கிய முனிவன் பாட்டு

தண் பிறை தணலில் நிற்க
தரும கங்கை தலையில் காக்க
சுடலையில் ஆடும் விண்ணன்
படலையைப் பெயர்த்து நின்றான்

உண்டது நஞ்சு காணும்
உனக்கது அமிர்தம் போலும்
உலகது உயிர்கள் காக்க
உத்தமன் நீல கண்டம் பாரு

சிரம் பணிந்த சிவங்கள் கோடி
நலமடைந்த சித்தர் ஆகி
புல முடைந்து வழியைக் கண்டார்
சிவசொரூப பாதம் தொட்டார்

குரு என்று உனக்குள் ஆகி
குதித்து நின்ற அமரன் போற்றி
குலமது கொண்டு வாழ
கொடுப்பதெல்லாம் நமசிவாய

பணிந்து நில் குருவின் கீழே
அணிந்து நில் அகலும் ஆறும்
கொண்டது பிறப்பில் ஞானம்
குருவது கொடுக்க ஓங்கும்

நமசிவாய நாளும் போற்றி
நமசிவாய நமசிவாய நமசிவாய

121. முதற் குருவே

எண்ணில் மருந் தென்னில் நிறைந்து
கண்ணில் காத் தென்னில் மறைந்து
விண்ணில் பரந் தென்னில் கரைந்து
முன்னில் நின்ற முதற் குருவே

சொல்லில் பிறந்து சோதி வளர்ந்து
சுடர்க்குத் தாயான தத்துவனே
இடர்கள் கடைந்து எங்கும் இருந்து
தொடர்கள் அறுக்கும் தென்னவனே

திசைகள் உடுத்தி திங்களும் சூட்டி
திரி புரம் எரித்த திருவண்ணா மலையனே
நால் மறைகள் வியந்து இசைகள் புரியும்
நள்ளி ரவில் உடுக்கை ஏந்தும் ஊரவனே

அச்சம் விலக்கி அகிலம் சுழற்றி
மிச்சம் எரித்த சுடலைக் கூத்தவனே
என்று மிருந்து எங்கும் பரந்து
நன்றும் வாழும் நம் குலத்தவனே

துன்பம் கடைந்து இன்பம் பொங்கும்
கன்பர்க் கிரங்கும் கைலையனே

தாயிற் சிறந்த கோ விற் சிறந்த
வேதம் பாடிப் புகழ்ந்த பறையனே

நான் நாடிப் புகுந்த தேடித் திரிந்த திருக்கதவே
உயிரில் மறைந்து உள்ளம் குடைந்து
பயிரில் மறைந்து பசியும் போக்கும்
வரியில் மறைந்த தமிழே

சொரியும் தமிழும் சுடர்க்கு ஒளியும்
புரியும் நடனம் புசித்தவர்க்கே
ஹரியும் அயனும் தினமும் களிக்கும்
நின் கடைக்கண் அருளும் இந்நிலத்தே

பழியும் புகழும் ஏற்றருள் புரியும்
பரமன் நீ சிறப்பே
வழியும் கதவும் வந்தவர்க்குரைக்கும்
கதியும் நாளும் நமசிவாயமே

122. குருவாய் வருவாய்

குருவாய் வருவாய் குகனே அருள்வாய்
எதுவாய் இருப்பாய் அதுவாய் அமர்வாய்
அருவாய் நின்றாய் அதிலே பலவாய்
உருவாய் ஆனாய் உலகம் காட்டினாய்

தெளிவாய் நின்றாய் தெரியாய் மறைந்தாய்
தானாய் ஆனாய் தகப்பன் தாய் ஆனாய்
தேனாய் இனித்தாய் சுயம்பாய் கிடந்தாய்
மூவர்க்கும் முதலாய் ஆனவர்க்கு குருவாய்

பேதமின்றி நின்றாய் பெரிய சுமை தூக்கினாய்
காலமின்றி வந்தாய் காமனை எரித்தாய்
கடந்து நின்றாய் காணாய்க்கண்டாய்
எழுந்து நின்றாய் அணிந்ததிசை எட்டாய்

பணிந்த உன்னைப் பலவாய் பார்த்த அன்புமாறாய்
கோர்த்த மலர் நீயாய் கொடுக்கும் கரம் நீயாய்
பார்த்த இடம் யாவும் பரவி நின்ற சுடராய்
வார்த்த உடல் யாவும் வாழ்ந்து நின்ற உயிராய்

போற்றத்தமிழ் எடுத்தேன் பொற்சிலம்பா மறந்தாயோ
விரிசடையில் கங்கை வைத்த பெரு அண்டப் பேரரசே

இடம் கொண்ட கோமதியை இருத்தி நம்மை ஆண்டவனே
வழி நெடுகப்பாடுகிறேன் விழி நனையத்தேன் குடித்தேன்

அமுதின் சுவை யாரறிவார் ஆலகண்டன் வாழியவே

123. ஓம்கூட சிவமாச்சு

பாரடா மதியாச்சு பரலோகம் கதியாச்சு
சேரடா விதியாச்சு செருப்பு கூட தைச்சாச்சு
முருக வேல் சொல்லியாச்சு முற்றிலும் முத்தியாச்சு
பருகவோர் பானமாச்சு பானையும் வெறுமையாச்சு
அருக வோர் இன்பமாச்சு அனைத்திலும் சுற்றியாச்சு
அடி முடியும் தேடியாச்சு அதிலுணர்ந்த தவமாச்சு
அப்பனை நாடியாச்சு அருந்தமிழை எழுதியாச்சு
நிற்பதோர் நிதானமாச்சு நீதி தன்னை உரைத்தாச்சு
இருப்பதோர் உலகமாச்சு இசை கூட நின்றாச்சு
தெப்பமோர் கப்பலாச்சு தெரிந்ததோர் பயணமாச்சு
முன்னதோர் முடிவாச்சு மூச்சறுத்து விட்டாச்சு
பின்னதோர் பிதற்றியாச்சு பிறைதனை கட்டியாச்சு
சொன்னதோர் விபரமாச்சு சொன்னவன் இல்லையாச்சு
சோதியோர் ரூபமாச்சு சொன்ன தமிழ் வேத மாச்சு
ஆதியோர் அந்தமாச்சு அந்தமெல்லாம் சந்தமாச்சு
பாதியோர் பாகமாச்சு பார்வதியும் பேசியாச்சு
நாதியோர் நந்தமாச்சு நந்தமோர் நடனமாச்சு
ஓதியோர் சித்தமாச்சு எழுந்தஉடல் மந்திரமாச்சு
ஓம் என்ற பொருள் எழுந்தாச்சு ஓடுங்கி அங்கு நின்றாச்சு
சரவணன் சொன்னாச்சு சாகா வரமாச்சு
அணைத்தவன் அருகாச்சு அனைத்திலும் வெற்றி ஆச்சு
பிணைத்த நூல் அறுத்தாச்சு ஓம்கூட சிவமாச்சு

124. குரு

பெறுவதற்கரிய பேறினைப் பெற்றேன்
அறிவதற்கரிய அறிவும் ஆனேன்
அரியும் கரியும் அண்ணாமலையானே

குருவினைக் காட்டினான் குருவும் ஆனான்
சற்குருவினைச் சேரும் வழியும் ஆனான்
சோதியை ஆதியை சொல்லும் வெல்லும்
சூட்சுமம் சொன்னான் சுடரின் கிரிதரனே

குரு மகிழ கோடி சுகம்
குரு காட்ட உரு தெரியும்
குரு வணங்க கோணல் நீங்கும்
குருவே அரு அருவே குரு
கும்பிட வேறில்லை !!

125. பித்தனின் சொத்து

அவனன்றி அசைந்தாடும் அவனியிலோர் பொருள் உளதா
அன்பெனும் நாதத்தில் அவனாகும் பொருள் இலதே
பொய் எனும் மேனியைப் பிரிந்துணர்ந்தார் பித்தனின் சொத்தெ-
னவே
சோதியாகி பரம் பொருள் காண்பான் பத்திரமே

126. மாசிலாமணி

மாசிலா மணி ஆட மனதிலே ஓம் ஓங்க
வாசியால் வந்த அமுதே வளர்பிறை வெண்ணொளியே
நேசமாம் நெஞ்சப் பொருளே நெற்றியின் திலகத் திருவே
ஆசையில் அஞ்சப் பிரிந்தே அம்முகட்டில் அமர்ந்த கருவே
அறுத்ததோர் அஞ்சும் புலனே அகண்டதோர் ஆறு கடலே
விழுந்ததோர் விசையும் இலதே விடமுண்ட கண்டன் விருந்தே

127. அறிவின் மேலவன்

அறிவதற் கற்புதன் அறிவின் மேலவன்
அறிவும் கடந்தவன் ஆனாலும் ஞானியன்
ஞானமும் கடந்தவன் ஞானமே யிலையிவன்
நாவிற் சொல்லவன் சொல்லே யிலையிவன்
சோதியானவன் ஆனால் சோதியே அவனல்ல

128. சிவமயமே

அறிவிழந் தேன் அருமருந்தே
அதிலமர்ந் தேன் பெருவிருந்தே
பழிகிடந் தேன் வெளியிருந்தே
பருகிடத் தேன் உயிர்மருந்தே

நெறிகடந் தேன் உருகிடவே
அருகிடத் தேன் அறிவிழந்தே
பருகிடத் தேன் பதிவிருந்தே
புரிகிடத் தாள் உறவறுந்தே

தெளிவிடத் தேன் தெரிந்தனமே
தினமணைத் தேன் திருத்தலமே
பெருகிடத் தேன் அருமறையோ
புதிருடைத் தேன் புதுமழையோ

சிரசுடைத் தேன் சிலம்பதுவோ
நலம்தரும் தேன் எனதுணவோ
பலமுடைத் தேன் சிலகணமோ
பகையழித் தேன் என துறவோ

எதுஉரைத் தேன் எனதுயிரே
தமிழ்படைத் தேன் தரணியிலே

இனிப்பிடைத் தேன் இருவழியே
குருவழித் தேன் குயவனிடமே

சிலம்படித் தேன் அம்பலமே
உருகிடத் தேன் உயிர்தருமே
எனதிடம் தேன் எனதிடமே
சிரம் பணித்தார் சிவமயமே

129. நெரூர்நின்றவா

சித்த சாஹரா சிதம்பர கேசவ
முத்த சாஹரா மூத்த புத்திர
சப்த வாஹனா சாட்சிபோதகா
சரஸ்வதிஈன்றவா சகலாம்பதா

புத்தி பேதனா முப்புரியைவென்றவா
புகழ்கள் கொண்டவா நீபுரியாவினா
பழிகள்ஏற்றவா பாகம்தந்தவா
சுழிகளூட்டும் கனா நசித்துநின்றவா

சித்தபோதனா எங்கும்செறிந்தவா
சப்தரூபனா சங்குநின்றவா
சாரவேதனா குமரகுருபரா
நிரந்தரஜீவனா நெரூர்நின்றவா

முக்திமாதவா வெற்றிசாதகா
சக்திகொண்டவா உமைபங்கவா
சகலதும்கனா சாட்சியானவா
அகலதும்உலா தீபம்கொண்டவா

அன்னை மேலவா தந்தையானவா
அஞ்சுகொண்டவா பிஞ்சுபிதற்ற வா

அறிவுநின்ற வா அர்த்தமானவா
செறிவுசேர்ந்த வா சென்னிநின்ற வா

வேலைஎடுத்த வா வினையை தீர்த்தவா
அரும்பி வருபவா அகிலம் ஆண்டவா
துகிலைஉரித்தபோ தன்னைத்தந்த வா
தருமம்வீழ்ந்த போ தரணி காத்த வா

உச்சிநின்றவா உலகம்பெற்றவா
கட்சையணிந்த வா கந்தனான வா
தீட்சைபெற்ற வா தினமும்காத்த வா
புவனம்வென்ற வா புகழ்படைத்த வா

ஆள நின்றவா அள்ளித் தந்த வா
சக்திகொண்ட வா சரவணபவா
சாலச்சிறந்த வா ஆலம்உண்ட வா
சிவம்பறைந்தவா சிவாயநாமா

சேது கடந்த வா செந்தில் ஆண்டவா
வள்ளிபங்கனா வெள்ளிவேலவா
துள்ளி ஆட வா பழனி நின்ற வா
அள்ளிக் கொள்ள வா சிவ புத்திரா

அறிவு தந்த வா அரவணைத்தவா
அகரம் தந்த வா அசுரர் அழித்த வா
திலகம்நின்றவா தீர்த்த மாட வா
துயரம் அழித்தவா தூரநின்ற வா

ஆறில்நின்ற வா அஞ்சு கொண்டவா
அப்பன் என்பதா அன்னை என்பதா
சித்தன் என்பதா சிலை என்பதா
முத்தன் நீயடா முதல்வன்நீயடா

பித்துக் கொண்டனா பின்ன வந்தனா
முத்து வேலவா சப்தஆயுதா
சாட்சிசங்கரா சகலதும்நீயடா
சரண் அடைந்த நான் சண்முகனடா

சகலதோஷமும் விலகி வீழுமடா
சண்முகனைத் தாள் சிரம் பணிய டா
சஷ்டிநாதனே உலகை வென்றவன்
சங்குசக்கரம் கையில்கொண்டவன்

நித்த மோஹன நிலையில் நின்றவன்
சுட்ட சாம்பலை ஊதி நின்றவன்
பித்தர் ஆனவர் பிதற்றி நின்றனர்
சத்தம்தன்னையே சரித்து நின்றனர்

சுத்தமானது வெண்மையானது
சித்தம் ஆண்டது சிவமும் கொண்டது
நமச்சிவாயமே நமை வெல்வது
நாதன் ஆள்வது நாம் பணிவது

130. பெயர் இலாதவனே

அன்னையும் பிதாவும் ஆன முதலே
பின்னையும் நாளில் காத்த கருவே
கருமணி திறக்கக் கண்ட உருவே
குறைதனை யகற்றும் குருமணி அருளே

பிறைதனைப் பெயர்த்த பிறை சூடனே
பெருமிதக் களிப்பில் பெயர் இலாதவனே
கரி முக மறைப்பில் கதிர் தீபனே
கதிர்காம முறையும் கதிர் வேலவனே

அரிதான குணத்தில் முடி சூடனே
அரும்பான மலரில் அடி ஆளனே
ஆகாய நிறத்தின் அழகாள் பவனே
அருமணித் தமிழை அறிவித்தவனே.

விண்ணோர் போற்றும் வீரனே
மண்ணோர் துதிக்கும் மலையனே
கண்ணோர் காக்கும் காவலனே
காணோர் ஏங்கும் மறையனே

நாவேன் பாடும் நான் நாடும் முத்தை
சாவேன் ஓடும் தமிழ்பாட உன்னை

காதோரம் ஒலிக்கும் நாமமென் வீடோ
கண்ணாரக் காணும் காட்சியில் நீயோ

புகழாரம் சூடும் பெரிதவப் பேறோ
அவதாரம் ஆகும் அரும் பொன் மணியோ
நிலையாக நாளும் ஒளிதரும் முதல்வா
மூப்பான உன்னை யாப்பது தப்பா

எனையாளும் ஈசன் எத்திசைக்கும் தலைவன்
உமையாளை இட புரம் ஏந்திய புருஷன்
மத யானை தோலை உடுத்திய கலியன்
மணி முடிமேல் கங்கையை காத்த வராயன்

வேதங்கள் பாடும் வித்து நீயோ
சாமங்கள் ஆகும் சமரசம் நீயோ
பாதங்கள் ஆடும் தில்லையில் நீயோ
பரமன் உன்அடி பணிந்ததலை காப்பே

131. திருக்கோவே

ஞானத்தின் திருவிளக்கே நாமறியாப் பெருவிளக்கே
நல்மனதின் திருவீடே நற்கருணைப் பெருவீடே
சொல்மனதின் சூத்திரமே சுகமறியும் பாத்திரமே
தனையறிந்தார்த் தத்துவமே தனைவிட்டார்த் தனித்தேனே

உமையறிய உலகமில்லை அறிந்ததுக்குள் நீ இல்லை
அமரர் உரை மறை இதுவோ அகன்ற கையில் உலகெதுவோ
தெரிந்த குணம் மறையுதய்யா தெளிந்த குணம் தோன்றுதய்யா
குளம் தெளிந்தால் குடிநீரோ கும்பிட்டருளும் மறை நீரோ

சிவ உணர்வால் சீவியமோ சிரசிருந்தால் தலைக்கனமோ
தவம் கிடந்தோம் தவில் கேட்க தரும்ஐயன் எமைக்காக்க
மெய்யடியே நீ வாழ்க மெய்மறந்து நாம் தினம்பாட
உய்ய வினை தீருமய்யா உயரிருந்த திருக்கோவே

சுரக்காதோ இன்பம் கண்டு சோதி உந்தன் சொந்தம் கண்டு
மறக்காதோ மாயவலை அறுக்காதோ பாசவலை
எமைக்காக்கும் பெருமானே எமை ஈன்ற தவத்தோனே
எந்நாளும் நீ வாழ நீடூழி நீவாழ்க என் தெளிவே நீ வாழ்க

132. தான்அந்தம்

பிறவாது இறவாது பிறைசூடும் பெருமானும்
அயராது தளராது அயன் மாலும் அறியாத
அடியாலும் நுனியாலும் அளக்காத பேரின்பம்
மொழியாலும் தமிழாலும் விளங்காத தான்அந்தம்

இடப்பாகம் வைத்தாளும் உமையாளின் சிவன்தாளும்
பிடித்தாண்ட பெரும்பாகம் எனை ஆண்ட பேரின்பம்
திருவாக உருவாகி தெளிந்ததாறு சிவ லிங்கம்
தெரியாத மலராக தினம் மணமூட்டும் நமசிவாயமே

133. அம்மானே

அண்டம் பெருக்கியென் னறிவை ஒடுக்கி யென்
பிண்டம் பிரியாதிருந்தோனே
கண்டம் நிறுத்தி யொரு நஞ்சை அமத்தி யுலகு
காத்த பெரியோனே
சித்தம் கலக்கி நித்தம் தூண்டி நெடு தீபமெரிக்கும்
சிறப்போனே

பெண்ணையிருத்தி பிறை மேல் அணி கங்கை ஊற்றும் கவி-
யோனே
என் நெஞ்சில் பழுத்த தன் அன்பைச் சுமந்தயின்பக்
கனியோனே
துன்பம் விரட்டத் தென்பால் திரிந்த அன்பர்க்கினிய
அறிவோனே
நாதர்க் கிழையில் யாதவர்க் குமான மோனச்சிரிப்பில் நின்-
றோனே

பேசற்கு அரிய பெயரில் நின்றாடும் பெரிய தவத்தின் பயனோனே
சாமத்தின் ஒளியில் வேதத்தை எழுதி பாதத்தைக்காட்டும் பரந்-
தோனே
அஞ்சுக்குள்ளிருந்து அஞ்செழுத்தாகி அச்சத்தை அழிக்கும்
அம்மானே
ஆறான அன்பில் அமர்ந்து தினம் நாளும் பாழானபழுதை

பறைவோனே

நாளான பொழுதும் நாடி துடிக்க நாம் போற்றும் நல்ல நமசிவா-
யனே நீ வாழ்க

134. பெருந்துறை அரசே

ஒப்பிடப்பொருளிலா ஓங்கார அழகே
உயர்பிறைச் சூடிய நால்மறைக் கதவே
உன் துணைக்காதலில் உழன்ற என்உயிரே
செப்பிடத் தமிழிலா செறிந்த தெளிவே

சத் இயத் பெரு வெளி சிறந்த திருவடியே
ஆருனைப் பாடினும் அகப்படா அருமறையே
அஞ்சேல் அஞ்சேல் ஐந்தெழுத்து அகவுடையே
பிஞ்சினை கனியாக்கு பெருந்துறை அரசே

பிணியெனைப் பிடித் தருள் செய்போதும்
பிடிகுரங் கதை போல் உனைவிடா திருந்தேனே
அடிதரத் தடி தொழும் அழும் பிள்ளை அவசரம்
கேட்டுமோ கொன்றை வேந்தா குடை தர மறுக்கிறாய்

என் விழி வரும் உயிர்த்துளி துடைப்பது யார்கரம்
துயிலெது கனவெது தெரியாத பிள்ளைநான்
தெரிந்தது நீயொன்று தகப்பனின் தெரு வழி
தேடியே களைத்தது என் தாய்வீடு நமச்சிவாயமே

135. சிவப் பொருள்

கணம் உனைக் கை தொழ
உளமுனை வழிபட
வளம் தனை தருமுனை
தினம் பலமுறை ஏற்றினேனே

பிணம் இது போகுமுன்
பிறரிடம் ஏந்து முன்
பிறை தரும் பெரும் கொடை
பித்தனில் உறைவேனே

பணம் பொருள் பகையது
தினமொரு புதியது
இடமது இருத்திய
இனிய தாய் வாழியவே

குணமது பெருஞ்செயல்
குடமது ஒளிர் சுடர்
விடமது கழுத்தினில் ஏந்திய
மெய்ப்பொருள் தினம் வாழியவே

மனை தொழில் மக்கள்
மறுபடி நலமுற

நெறிதனை உரை முதல்
சிவமய பெரியோனே

அழும் குரல் கேட்டணை
அமுதிலும் சிறந்தனை
பொழுதிலும் நினைத்துனை
பிரியா மனதினை நீதாவே

துடிப்பது அடங்குமுன்
துயர் இது ஓங்குமுன்
விழிப்பகல் அருந்திய
நமசிவ வந்தெனை ஆளுகையே

விடக்குகை இருட்டது
விடப்பகை பெரியது
நடப்பெரும் தகை நீ
உன் கரம் பிடித்தெனை அழை

குலக்குயிர் உயர்வது
நலக்குயில் பாட்டது
நமக்குயிர் ஏ தது
சிவப் பொருள் ஆடயிலே

முதுமை எனக்கது
விழுந்துயர் வருகையில்
வழியினில் வரும் தயை
வணங்கியே உடல் சேர்கையிலே

மதுவிது மனம்பட
அடியவர் தினம் தொழ
பிடி அதை பிணமுன்
பிறைதரும் பெரும் நிழல் வாழியவே

சிவமது குடையென
பவமது படையென
பகலுடை தரித்தவனை
பகல்இரவு போற்றுவேனே

136. திரு நாமம்

பண்தரும் விண்தரும் பளிங்குபோல் மனம்தரும்
அஞ்சறும் குணமறும் கோடிசூரியன்போல் ஒளி தரும்
பொன் தரும் பொருள் தரும் போகமெல்லாம் தரும்
எந் தரும் இணையரும் ஈடில்லா கருணை தரும்
சொல் தரும் வில் தரும் சோதி விளங்க மெய்தரும்
துன் அறும் துயரமறும் ஓர் துன்பமில்லா வாழ்வு தரும்
விண்ணரும் மண்ணரும் வியந்து நாளும் போற்றும்
சுந்தரன் சோதியன் திரு நாமம் நமச்சிவாய வாழியவே

137. உயர் ஒளியே

அறிவதற்கரியதாய் ஏதுமில்லை பராபரனே
அறிந்ததும் அறிவும் நீ இல்லைக்குகனே
தெரிந்ததும் தெளிவும் தேனாகுமா உனைப்போல்
தெரியா மறையில் என்றும் தெளிந்து நின்ற திருவடியே

பெறுவதற்கரியதாய் வேறு பேறு இல்லை பராபரனே
பெற்றதும் பெறுவதும் பேதமதே கண்டாய்க்குகனே
உற்றதும் உறவும் உன் போலாகுமா உயர் ஒளியே
உண்மையும் பொய்யும் ஊர்கோலம் போகும் ஊர்தனிலே

இனிச் சொல்வதற்கு இனிய தாய் ஏதுளதோ பராபரனே
சொற்களும் மறைந்தாடும் உன் சோலை தனிலே குகனே
நாவினுக் கினிய தாய் இனி ஏதுளதோ நடராஜனே
நல்ல வாணிக்கு இனியதாய் விளங்கும் நமசிவாய நாமனே

உயர் அன்பிலே மெய்யாடும் கோலம் கொண்டாய் பராபரனே
உனை அறிந்தவர் பாரினில் உண்டோ தாயினும் சிறந்த குருவே
வேண்டியது வேண்டாமையால் பேதமுற்றேன் பெரு நிலவே
வளர்பிறையும் கங்கையும் உயரே வைத்த செம்பொன்அடியே

138. திருநள்ளாறானே

செய்தவம் சிறக்க திருத்தமிழ் பாட
திருநள்ளாறுறைபவனே போற்றி

முன் தவம் மூள முதற்கண் மகனே
முனிவரும் போற்றும் ஈஸ்வரனே

மங்களம் யாவும் மனதுடை அளந்து
திங்களும் போற்றும் திருநள்ளாறானே

அரியணை பூட்டி அகல கால் வைத்து
திரியதை தூண்டும் திருத்தமிழே

அகல் ஒளிவிளக்கில் அகலும் பீடை யாவும்
அஞ்சுவர்க்கும் தெளிவுடை திருநள்ளாறானே

நளன் மிதி ஆறும் நல்வழி காட்டும்
உன் உளமதில் கருணையும் உடையோனே

பிணக்கு வரும் போது பிடரியில் ஆளும்
பெரு முன் தவத்தோனே போற்றி

அறிஞரும் மூடரும் அரசருமுனைக்காண அறிவிழந்தார்

நின் திருவடி வீழ தெளிவு பெற்றாரே

நின் சிறப்பினில் தோயும் சிறு மதியாரும்
சிந்தை செல்வம் வென்றிடுவரே

கோள்களின் அரசன் கொள்கையில் சிறந்தவன்
கரு மேனி காட்டும் கற்பூர மனத்தவனே

திரு நளன் பட்ட கடனுக்கும் உள்ளன்பு பூத்தவனே

நினை எவ்வுலகத் தெதிர்த்தாரும் நின்
திருவடி யடைந்து பயன் பெற்றாரே

ஓங்கு புகழ் யாவும் ஒன்பதுக்கரசன்
நீங்கு துன்பம் யாவும் நேர்த்தி செய்பவனே

தாங்குமுடைச் சனியில் தரவல்லார்
நீங்கித் தெளிவார் நித்திலமே

தசரதன் போற்றும் அரசனும் நீயே
தந்த பொருள் யாவும் சிறப்புளதே

நளனுக்கும் ஈய்ந்த நடுக் கோன்
நடுக்கமும் போக்கும் ஒழுக்கமுடையானே

நளன் மிதி ஆறும் திருநள்ளாறாக
உளம் மிதித்த உன்னை போற்றுவதெப்படி

ஒளிதரும் தேரில் வழி தர பிறந்தவனே
கலியென்னை ஆட்டா நற்பவி தரவேணும்

நலமுடை உன்னை யாசித்த நானும்
தமிழ் தர சிறப்பும் தரணியில் வேண்டும்

இகம் பரம் ஆளும் இனிப்புடையே
இக் காப்பெடுத்தோரை காக்க திரு ஈஸ்வரனே

நலம் நலம் நாளும் விளங்க ஈஸ்வரன் பாதம் இங்கு வணங்கு-
வோமே

(இதை சனி தோறும் படித்து தெளிபவன்
நற்கதி அடைவான்)

139. சனீச்வர சோதி

உள்ளமதிலிருப்பாயோ
உலகமெலாம் காப்பாயோ
கருநிற நீல வண்ணா
கடனும் கரையும் உன்னை
துதி சொல்ல யென்மதியும்
ஒடுங்கும் நிலைவர கதியும்
கனவும் பலிக்காதோ ஈஸ்வரா
என்னை அழைத்து நீரினில்
நீ அமர்ந்து மீன் மின் செய்த
சூட்சுமமென்ன சுடரே
காத்தலும் நோக்கலும் தவமிருக்க
யென்னையுன் வாசல் அழைத்த
வழியென்ன வர்ண பகவானே
வந்தேன் பெற்றேன் வடிவழகு
கண்டேன் வாழியவே திருநள்ளாறு
விளங்கும் ஸ்ரீ சனீச்வர சோதியே

140. காலபைரவா

தர்மத்தின் தலைவனே தாயே ஆனவரே
தரணியின் காவலரே தலை பணிந்தேன்
இன்பக் கடலே இடையறா அன்பே
இரவின் ஒளியே பகலின் சூரியரே
பாசத்தின் பார்த்திபனே
காரிருளின் கார்த்திகையொளியே
நாடியவரின் நற்பண்பாளரே
நலம் அருளும் உளம் கொண்டவரே
நவகோள்களின் தலைவரே
நாதங்களின் மேலவனே
நால்மறையின் கருவுடையே
நாய் வாகனனே சொல் வீரனே
சோதியம்பலனே ஆதியம்பலனே
அறிவுடையே ஞானவிளக்கே
அகரமமுதே ஆதித் தமிழே
அமரு இன்றே என் உளத்தில்
ஆதி நின்ற அண்ட மைந்தனே
பகரு நற்தமிழ் ஸ்ரீபால பைரவா
பரந்தாமா பரந்திரு இங்கிரு
உன் பாதம் சுமந்தேன்
காப்பதற்கு நீயிருக்க கவலை எனக்கெதற்கு
பாடுவதற்கு பாசுரமிருக்க மலர் எதற்கு

ஸ்ரீ காலபைரவா வென்றிரு எங்கும்
வேந்தனின் நாமம் வெளியெங்கும் வாழ்க

141. வித்தகன் விமலன்

சிந்தை குளிர்ந்தென்னை செதுக்கியே பார்க்கிறாயா
முந்தை வினை தன்னை முடித்தே சிரிக்கிறாயா
விந்தை விதைத்து என்னில் வேடிக்கை செய்கிறாயே
கந்தை கரத்தென்னை கைச்செல்வம் தந்தாயே
உந்தை உனதன்பு உருகா உணர்ந்தேனே
தந்தைப் பரத்துன்னை தாயாகிப் பார்த்தேனே
தத்துவப் பொருளுன்னை தரணியெல்லாம் கண்டேனே
வித்தகன் விமலன் உன்னை விழுந்து பணிகிறேனே

142. பைரவர்

கரு மணி முத்தோ மூமணி சுடரோ
கண்வழி கிடந்தோ காத்தது இன்றோ
ஒரு மணி அடித்தோ ஓம் என இசைத்தோ
ஒன்பது கடந்தோ ஒடுங்கிக் கிடந்தோ
என் பணி முடித்தோ அவிழ்ந்து நின்றோ
ஆசை இழந்து அருவியில் குளித்தேனே
அம் பகவா அத்தனையும் பெற்றேனே
அமுத சுரபி அண்டத்தில் நீதானே

143. தட்சிணாமூர்த்தி

மறையாகி நிற்கும் பொருளே
மறையாது நான் காணும் அருளே
குறையாது கொடுக்கும் பொருளே
குறையாது நீ இருக்கும் பொழுதே
பறையாது பேசும் பொருளே
குறையாது நான் காணும் அன்பே
குலமோடு காக்கும் பொருளே
குலமாதர் கும்பிடும் அருளே
குறையாது மின்றி கோலாட்சி
செய் அருளே

144. வெற்றிட வேந்தே

கற்றிடக் கசக்கா வெற்றிட வேந்தா
கைதொழ முற்றிடக் காணலும் அன்பே
பற்றிடப் பெற்றதும் வெற்றிட இருப்பே
வேலதும் வினையதும் வீழ்ந்திட முடிவே
உற்றதும் மெய்யதும் உணர்வில் நின்றே
உய்வதும் காப்பதும் உனையன்றி யாரே
உணர்ந்தபின் மறந்தேன் தமிழை இன்றே

145. நாயகியே

வீணையில் இருந்தாளும் வெண்ணுடை நாயகியே
விசையை இசைத்தாளும் வீர பகவதியே
வெற்றிக் கொடி நாளும் விதைத்த பார்வதியே
வெண்குடைக் குள் நின்றாடும் இசைத் தாமரையே
தாளமும் உனக்காகும் தடாக மலராகும்
தந்த தமிழ் உயிராகும் தலைமேல் உனைக்காக்கும்
தத்துப் பொருளாகும் வித்தகப் பேறாகும்
வினையே விழுந்தாகும் வித்தினைப் பொருளாகும்
மைத்துளி மறந்தென்னை மையலில் கொண்டாயோ
அருஞ்சுவைப் பாலென அகரமே தந்தாயோ
அம்மையும் அப்பனும் அதில் நின்று கரைந்தாரோ
ஔவையும் தருகின்ற அருந்தமிழ் கண்டேனே
ஆதியில் குதித்து நின்ற தமிழுக்கு குனிந்தேனே
குவிகின்ற வாய்தனில் பாய்கின்ற பைந்தமிழே
பார் எங்கும் பரம் போற்றும் பாய்மரப் போதமிழே
பொட்டில் விரிந்து மலரும் பொன் தமிழே
பாட்டில் பரிந்துணரும் பா வேந்தர் தமிழே
நாட்டில் ஓங்கிவிட நாயகியே அருள் செய்
நாலுபக்கம் தமிழ் வீச நாமகளே விதி செய்
இயல் இசை நாடகமென இயம்பதோ தமிழ்இனி
தமிழினி நீயிருக்க தாழுமோ தமிழ் இனி
இசையாய் வலம் வந்தாய் இயற்கையும் நீயென்றாய்

இனிய தமிழ்தர சரஸ்வதியே தாய் நின்றாள்
கனியக் குடைதர கற்பகமே வாராயோ
காற்றில் நான் எழுத கையேடு எனக்கெதுக்கு
வாக்கில் நின்றாளே வான சரஸ்வதியே
வரு முன் காத்திடுவாய் வந்ததமிழ் வளர்த்திடுவாய்
வாசல் உள்ள நாக்கெல்லாம் நற்றமிழ் நேராகும்
நலிந்த குறவர் கூட குடிக்கின்ற தேனாகும்
திசையெலாம் ஒலி பரப்ப ஓடியே வா தமிழே
தீங்கெல்லாம் தாழ்ந்திருக்க நீ ஓங்கு வான் தமிழே
நீயே நான் தமிழே நானே நீதமிழே
நற்றவம் ஆடிட நா சொன்ன தமிழே
நன்மைக்கோர் இடம் வேண்டும் நாவில் இரு தமிழே
இன்பச் சரஸ்வதியியே நீ வாழ்க தமிழ் வாழ்க

146. கனக வல்லியே

வேதம் விளம்ப வீணையேந்தும் வித்தையே
நாதம் சுரக்க நரம்புகள் மீட்டும் நந்தையே
கானம் கனக்க நாளும் இனிக்க நல்ல தாயே
வேதம் முழங்க விண்ணவர் மயங்க வைஷ்ணவியே

வெண்தாமரை ஏந்த வெண் பட்டிழை அணிந்தவளே
கண்தாமரைக் காந்த மாட கல்விதரும் கனக வல்லியே
பெண் தாமரைப் பரம் ஆகி பிறப்பறுக்கும் பேரொளியே
என் தாமரைக் கண்கள் ஆகி இனிக்கின்ற ஓர் கரும்பே

இனியேது மிலையோ மறையோடு மனதோ
மந்திரிணி மந்தாரி மனதோடு துணையோ
என் திரி உன் திரி எரிகின்ற வழியோ
வந்தரி சுந்தரி வாழ்த்தளி வஞ்சிக் கொடி

அஞ்சக் கிலை அஞ்சுதல் இல்லை துஞ்சத் தூ மணியே
ஆறுதல்க் குனை அமுதச் சுனை அகண்ட தோர் மயிலே
அகரத்தில் உனை உகரத்தில் உனை மகரத்தில் உனை
உயிர் மயங்கும் உத்தம பத்தினியே மூல வேதமே

ஏடு எடுத்தாய் எழுத்தாணி ஆனாய் என் நா சுரந்தாய்
பிரம்மனோ நீ பல பிரம்ம பாகத்து பெரு மணியே

தர்மமோ சிறக்க தாய் நீ அருள தாரணி நீ சிறப்பே
தரணி முழுக்க தன்னலம் மறக்க தாய் இசைக் கீதமே

உன் தாள் வீழ உன்னையே சரண் அடைய
வெண் தாள் தாமரை விடை தருமே
வெண்பால் போல வித்தகி சிறக்க
விளங்கும் உன் பாதம் சரணமே

147. பாசாங்குச தேவி

நின் தாள் நினைந்தால் நிலை கொள்ளுமே
சிரம் பணிந்தால் ஸ்ருரம் கொள்ளுமே மனம்
பண்பால் வெண்பால் பாசாங்குச தேவி மால்
பணி கொண்டால் பிறப்பு பிணி வெல்லுமே

அஞ்சால் அளந்தால் அஞ்சலே துணை என்றால்
அரு மருந்தாகுமே அவள் பாதம் அருமை கண்டார்
உண்டார் அமுதம் உண்ணா முலையம்மன் உறவு
போற்றினார் வாழ்த்தினார் துதித்தார் வீழ்வதில்லையே

விநாயகம் விஷ்ணம் வில்வ பூரணம்
காரணம் வேதனம் கல்வி காண்டகம்
தோரணம் தொல்புரம் தோகை நாரணம்
நவீகம் நர்த்தனம் நால் வேதம்

பவித்ரம் புண்ணியம் பூர்வ விமோட்ஷகம்
தனித்துவம் தார்மீகம் தர்ம பலோ பலம்
கவித்துவம் கர்ம மீட் பலம் கலா பலம்
காண்டீபம் கர்ண நாசம் கருணை அகம்

கால பைரவம் கர்ப்பாண்டம் கனக துர்க்கை சுகம்
கால கட்பம் காந்த சொரூபம் கடைக்கண் காந்தம்

ஆன புஷ்பம் ஆன்மிகம் அந்த காரணம்
சாந்த வடிவம் சாகா சகோதரம் சண்முகம்

ஆளும் வினோதம் ஆனந்தம் அநாதகம்
அன்னியம் புண்ணியம் ஆனந்த தாண்டவம்
அருணாசலம் அமிர்தம் ஆரோக்ய பாலினம்
அந்த காண்டம் அரு மிதம் அன்ன பூரணம்

அவிர் பாகம் அர்த்த ஜாமம் அன்போதரம்
அனைத் தாண்டம் ஆகாயம் அண்ட சாட்சரம்
அம்மை பாண்டம் அரு வினோதம் அட்சு தாட்சரம்
பெரு மிகம் பூர்வ ஜென்மம் போகேஷ்வரம்

யோகேஷ்ரி யோக காரிணி யோக நிஷ்டை நீ
சத்த மனோகரம் சதா சிவம் சத் ஈஸ்வரம்
சாந்த லயம் சந் ரோதயம் சர்வ க்டாட் ஷம்
சரணா லயம் சரணம் சர்ப்பம் ஒடுங்கும் சந்நிதானம்

சகல சௌபாக்யம் சரீரம் சனீ ஸ்வரம்
சர்வ புண்யம் சகலம் சாரு கா ஷிகம்
சர்வ வினோதம் சர்வ துஷ்ட நாதகம்
சரணம் சரம் சரணம் அகம் சரணம் பரம்

லோக வித் யை லோக முக் யை
பாவ நாஸை பவ கார் ண்யை
தவ மோட் சை தாரணி பால்யை
தத்துவ தார் ண்யை ஈரடி சரணமே

148. அபிராமி சரணம்

உருகுவார் நெஞ்சத் துறைபவள் மெய்
ஓதுவார் நாவில் இனிக்கும் கனிகை
பருகுவார்க் கமுதம் பன்னிரு திருமுறை
அருகுவார்க் கழல் ஆனந்த மெய்யே

நலிந்தவர்க் கமு தவள் நாமம் தன்னே
பரிந்தவர்க் காக்கும் பண்பு ஒன்றே
பிரிந்தவர்க் கூடும் பாதம் பின்னே
பேசா நாதத்தின் பெருஞ்சுடர் முன்னே

அஞ்சா நெஞ்சத்தின் அகல்விளக் கொன்றே
துஞ்சா நெஞ்சத்துத் தூமணி நன்றே
பிஞ்சா உள்ளத்துப் பெருமணி பயனே
நஞ்சா மன நடு நாயகியே

கண்ணால் அதைக் கண்டார் உளரோ
காதால் அவள் மொழி கேட்டார் உளரோ
ஐந்தால் அவளை அளந்தார் உளரோ
அம்மையைப் போற்றினர் அகழியில் மாள்வரோ

அறிவையும் தாண்டி நின் றவளை யறியார்
ஆகாய முழுமுதல் அவளைத் தெரியார்

அனைத்தும் அவள் வேதம் அற்புதம் புரியார்
அபிராமி கடைக்கண் ஒளியே அறியார்

மெய் யுணர்க் கங்கை மேனி பவள
பயிர்க்கும் பச்சை பற் கோடி மின் கொடி
மாயைக் குருடும் மறைத்து நிற்கும் கோ வைத்
தாயைத் தனியே இங்கே தவிக்க விடுவரோ

ஆய கலைகள் அனைத்தும் நீயே
மாயப் புலனும் மறைப்பது நீயே
சாயத் தோகை சென்னி பாதம்
சரணம் சரணம் அபிராமி அபிராமி

149. அன்னை பூரணி

அ ஆ ஆனந்த அரும் பல்லவி
அகர முதல் எழுத்து நீ யம்மே
அன்னை பூரணி அபிராமியே
சொல் எனை சூழ்ந்த சொற்றுணையே

முச்சுடர் மூத்த பிறையோ
முனிவர் யாகம் நீயோ
முடிந்த பொருளும் நீயோ
முன்னோர் தவம் நீயோ

கற்றதெல்லாம் நீயோ
கல்வியும் செல்வமும் நீயோ
பெற்ற வீரம் நீயோ
பெற்றவர்கள் நீயோ

முழுமை நீயோ அதில்
செழுமை சக்கரம் நீயோ
பழமை நீயோ அதில்
புதுமையும் நீயோ

முதல் வேதம் நீயோ
வேதக் கரு நீயோ

வெண்ணீறு நீயோ
திரு வாய்மொழி நீயோ

வெண்சங்கு நீயோ
அதில் விளையும் நாதம் நீயோ
தூமணி நீயோ
துலங்கும் பேரழகு நீயோ

சங்கத் தமிழ் நீயோ
சரஸ்வதியும் நீயோ
சாகா வரம் நீயோ
சந்தன வாசம் நீயோ

அகத்தியன் நீயோ
அகத்தியம் நீயோ
அரு மருந்து நீயோ
அதில் அமிர்தம் நீயோ

குலமகள் நீயோ
குணங்களும் நீயோ
கொன்றைவார் சடையன் நீயோ
குதிக்கும் கங்கையும் நீயோ

படைப்பு நீயோ
படைப்பதும் நீயோ
பிரம்மனும் நீயோ
பிரம்ம சொருபமும் நீயோ

விஸ்ணு நீயோ
விஷ்ணுவின் திருவடி நீயோ
வஸ்த்து நீயோ
வசிஷ்டரும் நீயோ

விண் எல்லாம் நீயோ
விண்ணில் தெரி பாதம் நீயோ
பண் எல்லாம் நீயோ
பரமே நீயோ

இசையெல்லாம் நீயோ
ஈரேழுலகம் நீயோ
ஈன்றவள் நீயோ
என்னம்மே எல்லாம் நீயோ

பஞ்ச வுடல் துஞ்ச
பருகிய பால் மிஞ்ச
பரிமளமே அஞ்ச அஞ்ச
இலையே இங்கு துயரே

துலங்கு மணி ஓசை
தூல திரு மண்டபம்
கலங்குவார்க் கமிர்தம்
கண்டவன் பதம்

மயங்குவோர்க் கிலை

மற்றது உண்மை இல்லை
பெற்றது உன் பாதம்
பேறு அல்லோ அபிராமியே

முத்தமிழ் ஓங்க
மூவேந்தர் ஆள
முதற் சங்கம் நீயே
முதற் பொருளும் நீயே

கல்லா எனையே
காக்கும் வல்லியே
சொல்லா எனை
சொல்லெடுத்து தரும் வல்லியே

கல்வியே கள்ளியே
கனக துர்க்கையே
சொல்லியே ஓயவில்லை
உன் சுயம் முழுதும் முடியவில்லை

இந் நா பிதற்றும்
பொன் ஆர அமுதே
பொழுதே பகல் இரவே
இனி ஏது இங்கு காலமே

அம்மே அம்மே
ஆனந்த ஹரிணி அம்மே
முன்னே செய் தவ மென்னே

பின்னே நான்
உன்னே உன்னை தொடர்வதற்கு

பிறப்பறுத்தார் பேறு நீயே
இறப்புடையார் இரங்கலும் நீயே
மறப்புடையார் அன்பும் நீயே
மறை நான்கிலும் மறைவதும் நீயே

சத் சார சதுர் வேத
அச் சார அமுதாக
முச் சார மூச்சாக
அச்சாணி நீயே அம்மே

பணிந்து நின் பர பாதம்
விழுந்து நின் விளம்ப
கரும்பு நின் கைகளில்
இனிபென் வாழ்வு

பா அதம்
பாதம் வாழ்க
பர ஈஸ்வரி
பரமேஸ்வரி வாழ்க
வாழ்க வாழ்க வாழ்ந்து நீ வாழ்க
வண்ண மயில் வாழ்க எண்ணமிலா வாழ்க
எண்ணுவோர் வாழ்க எல்லாம் வாழ்க
என்றும் வாழ்க எழுதியோன் வாழ்க

150. மகாயினி

வேத சார வித்யை
வித்தை சார வேதம்
முக்தி சார முதல்
விண் மண் ஆதி
வானவர் பணியும் பாதம்
வண்ண மயிலிடை அழகு
வேண்டுவார்க் கிலை எனும் தயை
விழியில் விழுந்து நிற்கும் பரம்
வீணையின் நாத பேச்சு
மந்திர தந்திர யந்திர மகாயினி
பூர்ண சம்பூர்ண புவனேஸ்வரி
தமிழினும் இனிய தாரகை
தண்மை நிலவு ஒளி
எண்ணிலா சூரியச் சுடர்
எவர்க்கிரங்கும் ஏகாம்பரி
எழுத்துக்கு முதல்
எண்ணின் ஆரம்பம்
பிரம விஷ்ணு சிவன் காயத்ரி
பிறைச் சந்திர அழகு
பிணி தீர்க்கும் பவித்ரை
முக்தி தரும் பாதம்
மூன்றம்பிகை சொருபிணி

தியான யோக திவ்யம்
பண் இசைப் பவி
கால பைரவி
சிருஷ்டி சங்கார சீரோன்மணி
சின்மயீ சிருஷ்டிக் காரணி
சிவன் பரம் வணங்கும்
செந்தூர அபிராமியே நம நம
அகிலடாண்டேஸ்வரியே நம நம
அம்மே நம நம அனைத்தும் நல நல

151. உறையூர் ஓங்காரியே

உறையூர் உறைந்த ஓங்காரியே
ஊமையன் நாக்கில் தமிழ் ஏன் வைத்தாய்
உருளும் ஒலியுள்ளே பொருள் ஏன் வைத்தாய்
உலகாளும் உத்தமியே ஈசனும் கொண்டாய்
ஒரு போதும் இருளா உண்மைப் பகல் கொண்டாய்
கூரையும் வேண்டா வீடு தலம் கொண்டாய்
கூறவும் வேண்டுமா நாமகள் அற்புதம்
கோலாட்சி செய்யும் கோமகள் தத்துவம்
கொண்ட மங்கை வாழியவே எப்போதும்
முப்போதும் எனை மறந்தேன் மூச்சே நீயானேன்
எப்பொழுதும் நீங்கா நினைவுள்ளே
நின்றாட்சி செய்யம்மா என் அம்மா

152. சரஸ்வதியே

சொல்லால் சொல்லாள் சோதி உருவாள்
கல்லால் கல்லாள் கனக மணியாள்
உல்லால் உள்ளாள் உலகமறிந்தாள்
செல்லாள் வெந்தாள் வெண்ணுடைக் கவியாள்
சுடரால் சுடர்போல் மிளிர்ந்தாள்
சீர்தரும் சித்திரப் பொன்னாள்
புகழாள் புவியில் ஒரு தாழ்
பூஜையில் ஒரு தாய் சரஸ்வதியே !
புரிந்தாள் சேர்ந்தாள் புண்ணியன் பாதம்
நாதன் நடுவில் நாளும் அமர்ந்தாள்
நாவில் இருந்தாள் எனக்குள்
நாமகள் நாமம் நலுக வையகமே !
போற்றி போற்றி வெண்தாமரை வீணையாள் !
பூ சாற்றி ஏற்றி சுடர் சரஸ்வதி சொல்லையாள்
போற்றி போற்றி சரஸ்வதி பாதம் !
பூமகள் நாமகள் நமச்சிவாயவே !

153. கலைவாணி

ஆய கலைகளைத் தானுடுத்தி
தூய மதிபோல் துயர் விடுத்து
மேய மின்னறைத் தான் கதவே
வீணை நரம்பறைத் தமிழே

வேயுறு தோழி தோழொடு
பாயுறு கங்கை தான் பரவ
தீயுறு புரங்கள் மேவி நின்ற
திருவடி சரஸ்வதி மேன்மையாமே

கூறடி குதித்தடி குலம் விளங்க
பாரடி சிறந்து ஓங்கும் சீரவல்லி
பார் முகம் பெற்ற கல்வி வல்லி
காக்கும் நாவில் காற்றும் சொல்லி

காத்த தாயை கலை வாணியென்றே
மூத்த பரத்தை மூச்சில் தானே இழுத்துக்கட்டி
மூன்று தேவி முகமுமான சாந்த சொரூபி
காந்தமாக கட்டி நின்று எமைக்காத்து நின்றாளே

154. கனக மணியே

சூரியச் சந்திர நிக ரழகோ
சொர்பனச் சொல்லிடைத் தமிழோ
அருள் ஜோதியின் நாயகி அன்புடையோ
ஹரி வதனி தாமரை பொற் சுடரோ
சக்தியின் கோலமும் சரி பாதி
வைத்திடை சிவமும் முன் ஆதி
மூத்தவள் காப்பவள் கனல் ஊதி
முதன்மையின் வேதத்தில் இவள் பாதி
பதியுடன் பற்றும் இருந்தாகி
பற்றிடப் பெற்றும் அவளாகி
கற்றிடக் காற்றில் கற்பக மணியே
கைதொழக் கொட்டிடும் காப்பு மழையே
காத்தருள் காத்தருள் கனக மணியே
வைத்தருள் நெஞ்சத்துள் நிறைந்த மணியே
முப்பொருள் இப்பொருள் இவளாகி
விண்ணிலும் மண்ணிலும் இவள் ஆட்சி
கொடுத் தருள் கொடுத்தருள் அருளாகி
பாட்டவன் வீட்டிலும் பணமாகி
பாங்குடன் இருப்பாள் புகழாகி

155. கருணாம்பிகையே

விழி அரும்பால் எழுதி வைத்தேன்
தரும் குழலால் இன்னிசையே
மொழி அரும்பாய் மூளுகையோ
தனிச் சுவையாய் தாரகையோ

இனி விரும்பா போகங்களோ
இரவிரவாய் இனி நடனங்களோ
வழி தெரிந்த பயணங்களோ
அவள் விழியுணர்ந்த கோலங்களோ

தனி வழியாய் தாய் இருப்போ
தந்தை தர தரும் கவியோ
சென்று வரா சேர் விதியோ
செந்தில் மாமலை வடிவுருவோ

முந்தி வரா ஞானமுதோ
முத்தமிழின் பெயரெதுவோ
தன் உறுப்பிலா தாளமதோ
வெண்மதியாய் குதித்ததுவோ

பெண் அரசாய் ஆளுவதோ
என் பேதை நெஞ்சில் வாழுவதோ

முன் மணியாய் இருந்தவளே
மூவுலகும் படைத்தவளே

எவர் அறியாப் பெட்டகமே
என் நினைவில் சுரப்பவளே
தாய் அறியா மகன் நானோ
தூக்கி எனை முத்தமிடமறந்தாயோ

கோவில் இல்லா ஊர்தனையே
கோலம் கொண்ட பெருமானே
என் நாவில் இல்லா சரஸ்வதியோ
முன் நால் வேதம் வரைந்தவளோ

அன்புருவாய் பரந்தவளே
அன்னை தந்தை எனக்கிலையோ
ஆடி முத்தாய் பிறந்துதித்தேன்
ஆலிலையில் உறங்கிநின்றேன்

ஒரு தாய் இல்லாச் சேய் இதுவோ
தரணி தந்த முந்தை முத்தோ
காரணம்தான் ஏதுமில்லை
தந்த தொட்டில் தாயே எங்கே

மனமுருகி கேட்டு விட்டேன்
உயிருருகி பாடிவிட்டேன்
மகன் கேட்ட வீணை எங்கே
மன்மதனை எரித்தவளே

தினம் ஒரு பொழுதாய்
தீர்ந்த கதை நீ அறிவாய்
தனம் தந்து காப்பவளே
என் குணம் அறுத்து கோலம் கொள்வாய்

அமுதம் தந்து ஊட்டியவளே
நீ அன்னை என்றே நானறிவேன்
பால் சுரக்கா முலை வீணே
கருணை தரா தாய் வீணே

உலகாளும் உமையவளே
உன் மகனை மறந்தனையோ
உத்தமியே பத்தினியே
ஈசன் பாகத்து அபிராமியே

இப்புவியில் எனக்கெதற்கு
இனி வேலை சொல் அதுவே
இது தாளா துயர் அம்மா
நான் தனி ஆளா சொல் அம்மா

கேட்ட வரம் நீ அருள்வாய்
கேட்ட பிள்ளை நீ அறிவாய்
சுடு காடு போய் விடவோ
சூழ்ந்த சுற்றம் தானுறவோ

நீ வாழ போற்றுகிறேன்

நின் நாமம் பூஜிக்கிறேன்
சொல் ஆளும் தாரகையே
சோதி வானவன் இட நகையே

நல்லாரின் நாயகியே
நான் முகனின் தாய் நீயே
வில்லாளன் தங்கச்சியே
வீழ்ந்து உருண்டேன் உன் பாதமதே

சரணம் என்றேன் நீயாக
சாட்சி நின்றேன் தனியாக
அரவம் வந்து ஆளு முன்னே
அள்ளி அணைத்து விடு கருணாம்பிகையே

அபிராமி அபிராமி வாழியவே
பார் புகழ வாழியவே

156. சிவமகள்

வெண்மலர் நின்ற வாணியவள்
கண்மலர் ஆடிய கல்வியவள்
எட்டுத் திசையிலும் பாடியவள்
ஏந்திய தீபத்தின் இசையவள்

கல்வியின் தலைவியாம் இவள்
கல்லுக்கும் வேதமாம் காலம்முதல்
சொல்லுக்குத் தலைவியாம் சூத்திரம்முதல்
சுடர் தீபத்தின் ஒளியாம் சிவமகள்

நாதத்தின் ஒளியாம் நல்மகள்
நாலு வேதத்தின் உயிராம் இவள்உடல்
இவள் பாதத்தில் பணியும் பண்பருக்கே
ஆபத்தில் அருளும் அருமகள்

கல்வித்தாயென்ற உலகின் அன்னையவள்
சொல் வித்தையின் மேனி ஸ்ரீவித்யாஅவள்
உலகின் தமிழ்தந்த செல்வியாம் கலைச்செல்வி
இவளோடு பழகின் அறிவறிந்து ஞானியாவார் எவரும்

யுகங்கள் தோறும் அழிவற்ற செல்வியே
பணிந்த தலை தந்தருள் பாருக்கே

அகம் எல்லாம் ஒளிவீச அன்னை அபிராமியே
உன் அடியவன் செய் பாட்டும் உனக்கே தாயே

157. முருக வேல்

வழியும் கதியும் வேறெங்கு
வடிவேலும் மயிலும் துணை இங்கு
அடியோடும் முடியோடும் இவனிங்கு
அறிந்தவர் இல்லை பாரில் இங்கு

அவனோடு வேதம் தமிழாக
அசைபோடும் பாதம் தனியாக
அசைந்தாடும் இசைந்தாடும் கவியாக
அமைந்தாலும் பெற்றாலும் வாழ்வாக

ஓராறு முகமோடு ஓமாக
ஓர் உண்மை தெரியுது தனியாக

வேலாடும் மேனி வடிவாக
வேலவன் கண்களே மயிலாக

சூராதி சூரனை தனியாக
சிரமறுத் தோங்குவோன் சிவமாக

தீராத காதலை தெளிவாக
தீர்க்கமுடன் கூறுவோம் பக்தியாக

நேராத இடர் தனை நாமாக
நாவினில் கூறுவோம் ஓமாக

முருக வேல் காக்குமே துணையாக
முகுந்தனும் நாமும் உறவாக

முந்திய பரம் பொருள் சரணமாக
சரவண பவ ஓம் சரணமாக

சாகா நிலை வரும் சரணமாக
சண்முகன் வேலவன் காப்பான் கவனமாக
ஓம் சரவண பவ ஓம்

158. சண்முகா

உள்ளே குரங்கொன்று ஊமையாகுமோ
சண்முகா உன்னை சலனமின்றி மறந்திட
கள்ளே உண்டினைக் கருவண்டினைப் போல்
மெய்யுண்டு திளைத்தே மெய்மறந்தேனே
பொய்யினால் போர்த்த மேனியிலுள்ளிருந்து
மெய்யாய் சிரித்த சோதி யழகே அன்புருவே
கண்ணே கரும்பே உன்னை விரும்பேல்
இனிக்குமோ தமிழ் உயிர் இன்பக்கடல்மேல்

159. வேலவா

ஏக மெய்ப்பொருள் நீ
எங்கும் நிறைந்த பரம் நீ
என்னில் உறைந்தவன் நீ
என்னை விட்டகலா ஜோதி நீ
முன்னைப் பிறப்பு நீ
முக்கண்ணனும் நீ
மூன்று வேதம் நீ
முடிவிலா வாழ்க்கை நீ
ஆதி அந்தமில்லா அருட்பெரும் ஜோதி நீ
அள்ளிப் பருகுவோர்க்கு அமிர்தம் நீ
அம்பலத்தில் ஆடும் அன்பும் நீ
என்பலத்தில் என்ன இருக்கிறது வேலவா
எல்லாம் உன் பலாபலன் அல்லோ

160. மயில் வாகனா

தெள்ளத் தெளிந்த திரு மறையே
அள்ளக் குறையாத அருமறையே
அமுதமும் அமுது வேண்டும்
அட்சய சுரபியமுதே ஆரமுதே

கருணைக் கடல் கண்வழி காதலே
காண்பதும் பெற்றதும் கந்தனே காந்தனே
கையில் பையில் கொண்டுவராததே என்
மெய்யில் மயில் உறங்கியதோ சொல்

உய்யும் தவம் அருள்வாய் உலகை
பொய்யும் பேயும் ஆளா நீதி தருவாயோ
பெய்யெனப் பெய்யும் மழை மாந்தர்
மனம் திசை மாறா மார்க்கம் அருள்வாய்

மதியும் கதியும் கெதியில் வராதோ
மயில் வாகனா சண்முகா சொல்லப்பா
வழியில் விழியில் மார்க்கம் உண்டோ
நின் மடியில் தனியில் நின்மதியில் உண்டோ

கார்த்திகை பொன்திசை பிறந்தாயோ
கயிலையின் மலையில் அப்பனோ

கருவே உருவே வேல் காட்டி வினை
தீருமோ மாவைக் கந்தனே எந்தனே

இழக்கையில் கிடைக்கையில் எதுவுமில்லை
இன்பமும் துன்பமும் இனியும் வேண்டேன்
இருப்பது உறைவது உன்னிடம் இனியென்
உள்ளமும் உயிரும் உன்னிடம் ஓம் என்றோனே

போற்றி போற்றி என பறை சாற்றி
உன் புகழ் ஓங்குக தமிழ்ப் புகழ் ஓங்குக
உலகமெல்லாம் குமரா என் பெயரென்ன
உதயகுமாரா சொல் குமரா

161. குகனே

விரித்ததோர் தோகை அழகில்
இயம்பியோர் இருக்கும் அமுதே
படைத்ததோர் பலவும் கருவே
எடுத்ததோர் இயல்பும் இனிதே
எண்ணியோர் அடையும் முடிவே
பரந்ததோர் பற்றும் அவனே
பாய்ந்ததோர் சக்தி அவனே
படிக்குமோர் பாடம் அவனே
பாதியோர் நிற்கும் உடலே
பண்பிலோர் உயர்ந்த கரமே
பாடலோர் பாட்டும் இலையே
பன்னிரு திருமுறை அவனே
நாடலோர் நலமும் அவனே
நமச்சியில் வாழும் குகனே
நன்றியோர் காட்டும் குயிலே
நலமெலாம் செழிக்கும் இனியே

162. கதிர்காமன்

வேலோடு வந்திங்கு விசாரிக்க வந்தாயா
விழியோடு இன்றிங்கு விளையாட வந்தாயா
மானோடு மயிலிங்கு மந்திரம் சொன்னாயா
மனதோடு பாட்டிங்கு மன்னவன் கொண்டானே

விண்ணோடு பண்ணின்று விளைந்த சுடரே
உன்னோடு நான் நின்று உணர்ந்த பரமே
தேனோடு தினைமா தருவேனே உயிரே
திரு கதிர்காம வேலனே கந்தனே வேந்தனே

அமுதென்றும் தமிழென்றும் ஆனவா
ஆனை முகத்தோனின் சோதரா
அன்பெனும் கருவில் ஆனவா
ஆடும் மயிலின் அழகவா

நான் பாடும் தமிழுக்கு பொருளவா
புனைந்த வேதத்தின் பொருளவா
இந்த பித்தனின் உறவே நீதானே
பித்தும் பிறந்தது உன்னாலே

அத்தனின் உயிரே நீ தானே
அனைத்தும் ஆனதும் நீதானே

அம்மையும் அப்பனும் நீதானே
அடி பணிந்தேன் நின் பொற்பதமே

போற்றி போற்றி சரவணா போற்றி
போற்றி போற்றி சீலனே போற்றி
போற்றி போற்றி சண்முகா போற்றி
போற்றி போற்றி சாந்தனே போற்றி

163. ஒன்று

ஒன்றிட இருந்தேன் வேலவா
இருபொழுது உணர்ந்தேன்
முப்பொருள் வேண்டினேன்
நால்வேதம் அறியேன்
ஐம் புலனும் அடக்கேன்
அறு சுவையும் பிரியேன்
ஏழுலகம் வேண்டேன்
அட்டமா சித்தியதும் கிட்டேன்
நவ கோள்களில் சுழன்றேன்
பத்தினி ஓர் தாய் மடியில் பிறப்பு ஏன்
ஒன்றிடவா பிறந்தேன் வேலவா

164. முருகா வளர்க

ஊனோடும் உடம்போடும்
உள்ளொளி வளர்க

தான் தேங்கும் நீரில்
தாமரை வளர்க

மானோடும் மதிக் காட்டில்
மயில் ஆடி வளர்க

மங்காத செல்வம் உன்
மடிமேலும் வளர்க

காணாத கஜ முகன் தன்
காரணமாகி வளர்க

ஆராத அமுதுதனை
அங்கமெலாம் ஊட்டி வளர்க

அடுத்தார்க்கும் கொடுப்போர்க்கு
அமுது கொண்டு வளர்க

அங்கிருந்த திங்குண்டு

அப்படியே வளர்க

அருளான ஜோதி ஒன்று
ஆடி ஆடி வளர்க

அஞ்சாத கடமையிலும்
அஞ்செழுத்தே வளர்க

அஞ்சார்க்குத் துன்பமில்லை
அறிவொளியே வளர்க

யார்யார்க்கும் தீங்கில்லை
தீ தானே வளர்க

சண்முகனாம் சரம் கூட்ட
எம் முகத்தில் வளர்க

சந்தனமாம் மணம் ஓங்க
சரவணனே வளர்க

எம் மொழியாம் எம் ஒளி துலங்க
எம்மோடு வளர்க

எது வழியாம் அவ் வழியே
எம்முடன் வளர்க

திதி வழியாம் அவர் வழியே

தேரோட்டி வளர்க

தின வழியாம் தெப்பத்தில்
தானாடி வளர்க

குண வடிவாம் குன்றில் ஓங்கி
குகனே வளர்க

தனி வழியாம் தண்டத்தில்
தானூன்றி வளர்க

உரு வழியாம் முருகேறி
முருகா வளர்க

ஓதும் மறையாம் பொருள் கூறி
பேறு தந்து வளர்க

ஓங்கார உண்மையதை
ஓதியே வளர்க

சாந்தனாம் சாகாத
சண்முகா வளர்க

சரமுடையாம் சக்கரமாம்
சங்கோடு வளர்க

சண்முகமாம் கவசமாம்

நா காக்க வளர்க

அம் முகமே எதிர் கொண்டு
அஞ்சாடி வளர்க

ஆறாகி அருளாகி
அம்மை அப்பா வளர்க

அழுதாகி அமுதாகி
தேனான இனிப்பே வளர்க

தெளிந்தாளி ஒளிர்ந்தாகி
திரு ஒளியே வளர்க

மருந்தாகி விருந்தாகி
மறை ஒளியே வளர்க

மாற்றாகி ஒன்றாகி
உனை ஒப்ப ஏதுண்டு வளர்க

மயிலேறி விளையாடி
மணி கொண்ட முருகா வளர்க

மத்தாகி கடையாகி
முத்தாகி வளர்க

மனம் ஆறி குணம் மாறி

மாணிக்க வீணையே வளர்க

மாதாகி ஆணாகி
மா தவம் பெருக வளர்க

மரமாகி மலையாகி
மண்ணும் விண்ணுமாகி வளர்க

மங்காத புகழோடு
அடி முடியே வளர்க

அன்பாக தானூன்றி
அதில் எழுந்து வளர்க

ஆறாகி கடலாகி
அதில் எழுந்து வளர்க

அடி பணிந்தேன் பாதத்தில்
பணி முடிக்க வளர்க

பெற்றதெல்லாம் பேறில்லை
என் துணையே வளர்க

என்றாடி நின்றாடி
எங்கும் உண்டாகி வளர்க

நான் பாடி நீ ஆடி

நன்றொளியே வளர்க

நாமாடிக் காப்போம்
காப்பொளியே வளர்க

கரம் நீட்டி சிரம் வாங்கி
உடல் தாங்கி வளர்க

கந்தா நீ நானாகி
நாமாறி வளரும் தமிழே வளர்க

தமிழாகி வழி காட்டி
தவ செல்வனே வளர்க

வளர் வளர் வளர்
சுடர் சுடர் சுடர்

இடர் படல் விகல்
அகல் அகல் அகல்

முச் சுடர் படர் படர்
படர் படர் படர்

திக்கெட்டும் படர் படர் படர்
சரணம் திருவடி

165. அழகா செந்தூரா

வானம் மலர்ந்ததென்ன
வண்ணவுடை தரித்ததென்ன
கோலம் புகுந்ததென்ன
கொண்டவுடை மலர்ந்ததென்ன

கூனம் அறுந்துவிட்ட
கொண்டைஜடை மிளர்வதென்ன
குற்றம் அகன்றுவிட்ட குற்றாலத்தரசே

அகரம் ஆகிநின்று
சிகரம் அறுத்ததென்ன
அறுபடை வீடு தன்னில்
அன்பைப் பொழிந்ததென்ன

புதினம் பாடிவர பூத்தரசாள்
புவனம் துலங்கிட புன்னகைப்பூழ்
தலைவன் தாங்கிட தந்தருள் வித்த
திருத்தணிகைவாழ் மலையேறு மாணிக்கமே

இடரெல்லாம் பொடிபட
இடிகண்டு கலங்கிட
சுடரெல்லாம் ஒளிர் விட

சூழ்ந்தவினைதீரும் சங்கொலியே

சவமாகிப் போவருண்டோ
சச்சிதானந்தம் உனை வணங்க
சரஹணபவ என்றே சங்கை முழங்கச்சொல்லு
சரஸ்வதிக்குப் பொருள்தந்த சரவணச் சிந்தே

முத்தார முகம் காட்டி முது பல வேதமாகி
சித்தனாய்ச் சிலை மீதும் உறைந்தருள் உனைக்காட்டி
முத்தனாய்ப் பித்தாகி பிறைபெருமானுக்கு பிரணவமூட்டி
சஷ்டி நாத சங்கரா சர்வலோக சரவணா

சிஷ்டருக்குதவும் செங்கதிர் வேலே
சென்னிநின்றாடும் அழகா செந்தூரா
அஷ்டதிக்கும் ஆடை கொண்டா
இஷ்டமயிலேறி விளையாட வா வா வடிவேலா

திறமதத் தீர்க்கம் கொள்
குறமகள் குமரனிடம்
அகமகிழ் சதுர் வேதமமர்ந்த அமரனிடம்
குறி கொள் நெஞ்சே நாளும்

பருகவொரு தேன் போதும்
சிவ மைந்தன் சித்திரம் மயம்காணும்
அருகி வந்த தெய்வமடா
உருகி நின்று மயில்பாரே

உள்ளமதிலே உலவிவந்து
கள்ளமதிலே குலம் காட்டி
என் கையை குவிய வைத்து
என் கண்நின்ற கதிர்காமா

சொல் எடுத்து வந்தாயோ
சோதி உனைத்தான் பொழிய
வேல் எடுத்து வினை குத்தும்
வள்ளி மணாளன் புகழ் வாழ்க

சித்தே அரும்பி விட
சிரசெல்லாம் நின்நாமம்
அற்றே அரிதெல்லாம்
கற்றவர்க்கு நீ ஞானம்

கலைகள் ஊட்டி விட்ட கந்தர்புகழ் அலங்காரம்
காத்தே நின்றுவிட்ட கரும்பென்ற இனிப்பாகும்
கர்ப்பூர ஒளியினிலே கந்தன் என்ற புகழ் மணக்கும்
பொற்பாதம் தொழுது நில் தொலைந்தது குலநாசம்

போற்றியோர் கந்தன் போற்றி
பெற்றவன் நீ போற்றி
முடித்தவன் முருகன் போற்றி
முழு முதல் வேலே போற்றி

166. குமரனே குருவே

ஒன்றெனப் போற்றினார்
எது வரவும் வாழ்த்தினார்
நல்லா மறை எடுத்து
நாவிலும் பூட்டினார்
நன்றே செய்கையில் நாளும்
ஒன்றை நின்றே துதித்தார்
உடலையும் குடலையும் காத்தார்
உள்ளுக்குள் கண்டார் தொழுதார்
ஊமையானார் உத்தமன் பாதத்தில்
உருகினார் உருகினார் அன்பில்
உள் நின்ற கருணை வழி சென்றார்
உழல்வரோ பூமியில் பேதத்தில்
உள் நின்ற குமரனைக் குருவை
சிவ சிந்தையில் முடிந்தாரே

167. பாரு பாரு

மயிலாடும் மலை பாரு
மாமலர் ஜோதி பாரு
பயிலாத பாணம் பாரு
பல விருந்து சுவை பாரு
பாடாத பாட்டுக் கேளு
பல்லவியில் நின்று பாடு
முருகா என்று அழைத்துப்பாரு
முத்தமிழின் முகத்தைப் பாரு
உதிராத மலர் பாரு
ஓம் என்ற பொருள் பாரு
அணையாத தீபம் பாரு
அகரத்தின் முதல் பாரு
அகத்தியன் தமிழ் பாரு
அரும்பிய விதம் பாரு
ஆகாய முதல் பாரு
சாகாத வரம் பாரு
பேசாத சிலை பாரு
பெரிய தவம் கண்ணில் பாரு
பிறையான மதி பாரு
பிறர் அறியா இன்பம் பாரு
முறையான மூச்சு நாலு
முதல் அறிந்து விட்டுப்பாரு

கறையான கள்ளம் பாரு
கள்ளினுள் இன்பம் பாரு
கயிறான பாம்பு பாரு
காலத்தில் ஆடும் பாம்பு
தயிரான பானை பாரு
தனித்து நிக்கும் வெண்ணை பாரு
தணியாத தாகம் பாரு
தனி வெளியில் நின்று பாரு
பிரியாத வேலைப் பாரு
பிறந்து நின்ற பிரணவம் பாரு
பேசாத மௌனம் பாரு
பொருள் அறிந்தால் பிதற்றிப்பாரு
ஆடாத தில்லை பாரு
அதில் அழகன் சிவ நடனம் பாரு

168. ராம நாமம்

தூவிய மழை தனில்
துயில் உறும் என் ஆவி
நேரிய சிவம் தனில்
நிலைக்கும் ராம பாங்கே

பாரிய சுமை தனை
பொடிக்கும் பாங்கே
நாடிய சுகத்தினை
நல்கும் ராம வாக்கே

இம்மையிலும் மும்மையிலும்
இழைத்த நூலை
தன்மையிலும் தன் மையிலும்
காட்டும் தாரக மருந்தே ராம

விதியாலும் மதியாலும்
விளைத்த கோசமே
விடைபெறும் ராம
இரண்டெழுத்தில் இன்றே

பருகினோர்ப் பயிர் தர வல்லது
அருகினோர்க் கழகே அந்த

ராம விரண்டெழுத்தே

துக்கம் துரியும் வேளையில்
துணையாய் அருகிருந்து
காக்கும் அந்த ராம நாமம் சொல்

பொய்யகத்தால் புனை வினை
புகட்டி ஓடும் கனவினை
மெய் யகத்தால் மீட்டிடும்
இரண்டெழுத்து ராம நாமம் வாழ்க

உண்ட பின் உறங்கி
உலவும் கனவில்
உண்மையென்ற இராம நாமம் வாழ்க

உயிருக்கு உரித்தான
உத்தம நாமம் தனை
மனதில் இருத்தி
மறு வீடு காணே

வினைக்கு மருந்து
விதைக்கும் மருந்து
உடலுக்கு மருந்து
உள்ளத்துக்கும் மருந்தாமே ராம

உதவிடார் உலகத்தோர்
உண்மை வீழ

ஒரு வித்து சுகம் தரும்
உண்மை நண்பன் போல

அழுவித்து சிரிப்பித்து
ஆட்டம்காணும்
அழகிய பொய்யை
அழித்து உண்மை காட்டும்
அந்த ராம நாமம் மருந்து

ஒருவன் சர்வ காலம் சளைக்காமல் ஓதும்
ராம வாக்கில் இழந்தது பெறலாமே
இருப்பதும் பெறலாமே

ராம ராம ராம
ஸ்ரீ ராம நாமம்
நீடூழி வாழ்க

169. வைகுந்தனே

வைகறைப் பொழுதே வைகுந்தனே எழுந்திரு
கார்மறைப் பொருளே கண்ணனே எழுந்திரு
தீதறத் தமிழே திருமெய் பேசு
மாசறும் மனதே மறு மொழி பேசு
கோ எனும் வேந்தனே கொன்றைவேந்தா எழுந்திரு
சா எனும் சரமே சலனமின்றி சுருண்டிரு
சச்சிதா னந்தமே அனந்தமே விழித்திரு
அம் மலர்கள் விரிந்தது அற்புதா எழுந்திரு
ஐந்தொடுங்கிய ஏழு எழுந்தது ஈசனே எழுந்திரு
இப் பரம் காக்கவே இப்போது எழுந்திரு
முப்போதும் காக்கவே மூலவா எழுந்திரு

170. மெய்ச்சுடர்

கண்ணனே காக்கின்றான் காணவே மறைகின்றான்
உண்ணவே சொல்கின்றான் உலகமே நானென்றான்
எண்ணவே இருக்கின்றான் என்னிடம் துயில்கின்றான்
மன்னனே தான் என்றான் மயக்கமே வீண் என்றான்
அஞ்சவே அகல்கின்றான் அஞ்சில் இடை நின்றான்
ஆழியும் நானென்றான் அதிலாடும் பாம்பிலும் தானென்றான்
அண்டமே அவனென்றான் அம் மருந்தும் தான் என்றான்
ஆசையை அழிக்கின்றான் அது அழியத் தெரிகின்றான்
அம்மையும் அப்பனும் ஆகின்றான் அவனே பரமென்றான்
மென்மையும் மேய்மையும் நீயானால்
மெய்ச்சுடர் அவனைக்காண்பாயே

171. கண்ணன்

கண்ணன் வரும் நேரம்
கவிபாடும் என் உள்ளம்
அந்த மன்னன் வரும் நேரம்
என் உள்ளம் தாங்குது மோகம்

சின்ன குழலில் அவன் உள்ளம்
அவன் சிறந்த இசையில் வெள்ளம்
மயிலோடு ஆடும் வண்ணம்
என் மனதோடு பாடும் ராகம்

நிலவோடு பேசிய நேரம்
அவன் கனவோடு உலவிய காலம்
திரை போட்ட வித்தைகள் அவன்
தினம் தோறும் இசைதரும் மேகம்

உறவோடு கலந்தவன் அவனே
என் உயிரோடு கரைந்தது நிலவே
இருளோடு ஒளி தர வல்லன்
இளமைக் கனவோடு பேசிய விண்ணன்

அசை போட்ட பசுக்களின் முன்னே
அவன் அசைந்தாடும் கோலம் தன்னே

அஞ்சாத வீரன் அவனே
என்னைக் கெஞ்சாத தோழன் அவனே

பிறையாகி நின்றது கண்ணே
என் பலமாகி உதித்தது முன்னே
சிலையாகி ரசித்தேனோ அவனை
சிதையாது காத்தேனோ நெஞ்சில்

குறையாது நலம் போற்றும் நல்லன்
அவனை குறைகாணும் நெஞ்சத்தில் இருளன்
எனை ஆண்ட தேசத்தின் மன்னன்
நித்தம் எமைக்காக்கும் தீரத்தில் வல்லன்

யார் யாரோ தேடிய வண்ணன்
யாதுமாகி பிறந்து நின்ற கண்ணன்
ஆயோர்க்கு வழி காட்டும் குருவே
இன்று காத்தலும் அவனது உருவே

172. கண்ணனே வருவாய்

நீயும் அதுவும் என்பாய்
நீங்கியும் தோன்றியும் நிற்பாய்
நேசமும் நாசமும் தோன்றிட
நேரினில் பிறந்து வருவாய்

ஆழியில் ஊழியில் பிறப்பாய்
அவதரித்த கண்ணனே வருவாய்
தாழியில் சுழண்டதோ பால்வீதி
மீதியில் பிரண்டதோ நின்பூமி

மேன்மையில் நேர்மையில்
என் கண்ணன்
மேய்ப்பனும் கூத்தனும்
நா வண்ணன்
தத்துவம் சொன்னதும் நீதான்
தனித்துவம் ஆனதும் நீதான்

தாயினும் மேலவன் நீ
தந்தையும் ஆனவன் நீ
சேயாய் பிறந்தவன் நீ
சோதியும் ஆனவன் நீ

173. திரை

திரை மூடி ஒரு விளக்கு
அகல் தூண்ட அகரமோ
கறை நீக்கி கண்வழி
காண்பதென்ன கடவுளோ

முறை நாளும் முற்பகல்
பறையாமல் வேண்டிட
ஒரு பூட்டு உடையுமோ
ஒப்பற்ற ஓங்கார கருணையே

ஒரு சொல் நிறுத்தி
மறு சொல் மறந்திட
ஒளியில் இருந்து
அன்பில் உருகிட
ஓர் கதவு திறக்குமே

திரை யாவும் நீதான்
உரை நாளும் ஓம் தான்
உன்னில் உருளும் ஒளி
தன்னில் வளரும் இனி

குறை ஏதும் இல்லை

கோவிலும் கொலுவும் உள்ளே
வெளியே தேடி நீ
வெறுமையாய் புலம்பாதே

கருவினில் ஆதி
காண்பதும் ஜோதி
கண்டபின் ஞானி
உண்டபின் அருளே

கருணையில் களங்கம்
காண வாரது கதியே
கள்வனின் மறை தேடி
தட்டு நீ திறக்கும் தாழ் !

174. ஒளி

ஒளியினில் இருந்தேன்
உணர்ந்ததும் பிரிந்தேன்
உலகினில் பிறந்தேன்
உழல்வதில் விழுந்தேன்

நடப்பதில் தெரிந்தேன்
நாயகன் அறிந்தேன்
இடர்பட நினைத்தேன்
இதுவரை வாழ்ந்தேன்

மனமது கடந்தேன்
கடலது அடைந்தேன்
ஒரு வினை கரைத்தேன்
ஒடுங்கி விழித்தேன்

ஓம் எனும் பெரும் தேன்
ஓசையும் சுவைத்தேன்
நாவினில் இரு தேன்
நாதனும் நாமமும் எழுத்தேன்

முக்தியும் சக்தியும் முடித்தேன்
மூலமும் முதலும் படித்தேன்

காலமும் நேரமும் கடந்தேன்
கருவினில் மீண்டும் கிடந்தேன்

175. விண் கதவு

கண்டார் கைதொழக் கருவுண்டார்
கருவண்டார் நின் சுழலத் தேனுண்டார்
வாழார் கண் மறக்கத் தெளி வடையார்
வாசல் தட்டி நின்ற விண் கதவு திறக்கும் திறப்பற்றே

176. பேரன்பே

நித்தமும் வருகின்ற
பேரன்பே
நின்னை துதித்து நிற்பது
நெஞ்சுள்ளே
கற்றதும் பெற்றதும்
கையளவே
சுற்றமும் சூலழலும்
நீயல்லே
சுடரும் ஒளியும்
தீரேல்லே
சுப்பனும் கொப்பனும்
நீயல்லெ
சுடலையும் நீறும்
மாயமல்லே
சிந்தையும் செயலும்
நீயல்லே
தத்துவம் சொல்வதும்
தவறில்லே
தனித்துவம் ஆனதும்
பொருள் உள்ளே
எத்துயர் வரினும்
என்னுள்ளே

இறைந்ததும் நிறைந்ததும்
நீயல்லே
முப்பொருள் ஆனதும்
காண் உள்ளே
முடிவில்லாததும்
தெரியும் பின்னே
சத்தியம் சொன்னேன்
சாவில்லே
சங்கமம் ஆகு நீ
உன்னுள்ளே !

177. ஓம்கார மணி

ஒப்பிடப் பொருளில்லை இங்கு ஓம்கார மணி தன்னை
செப்பிடத் தமிழ் இல்லை செந்தமிழும் எல்லை
பற்றிடப் பரம் தன்னை பரத்துக்குள் இல்லை எல்லை
மாசிலா மணி தன்னை மனதுண்டார் மறையும் தொல்லை
கற்றிட வேறில்லை கண்ட தத்துவம் அவனில்லை
பெற்றிடப் பிறப்பில்லை இங்கு பிறப்பும் அவனின்பம்
அவனடி சாய்கையில் அதுவும் அணையாப் பேரின்பம்
அவனுடன் கரைந்தாலே அமுத முண்ட நிலைதானே

178. உறைந்தாய்

எதுவாய் மெதுவாய் எங்கே உருவாய்
எதனுள் உறைந்தாய் பலவாய் பொருளாய்
படிந்தாய் அன்பாய் தாயாய் சேயாய்
தகப்பனாய் தாரமாய் தன்னுள் அடங்கினாய்
அண்டமாய் பிண்டமாய் அதனுள் ஒளியாய்
ஒலியாய் ஓம் எனும் அட்சரமாய் ஒளிந்தாய்
நிலையாய் சிலையாய் நிற்கும் அழகாய்
நில்லாய் நீ நடனம் புரிந்து காப்பாய்
கவசமாய் கைவிடாய் படைப்பாய் பகிர்ந்த
உயிரெல்லாமே அருளாய் அமுதாய்
அண்டத்தின் உணவாய் இருப்பாய் உனைக்
கண்டதும் கைவிடலாமே கண்ட பொருளெல்லாம்

179. காப்பது பரமே

சொல் செயல் அறியேன்
சோதியே உள் உயிர் அறியேன்
உணர்வறியேன் கல்லென இருந்தேன்
கண்வழியே கண்ட ஜோதியும்
காண்பது பரமே காப்பது பரமே
கண்டறிந்தேன் குண்டலியே
குதிக்குதந்த தமிழில் நீ
தந்த தமிழில் எழுதி வைத்தாயோ
விதைத்தாயோ
வினையறுக்க வளருமோ தமிழ்
வீடிருக்க வேறுவாசல் வீண்
நீயிருக்க பரமே நான் மறையக்கண்டேன்
திரை திறந்த ஒளியே தா தமிழ்
தரணி காக்கவே

180. விமலன்

நலிந்துடல் வாடியுனைப் பிரிந்து
பிதற்றுகிற பொருளெல்லாமுனை தேடி
பித்தா உன் நினைவில் பித்தாகி
பிரிய மறந்தேனே நாளும்
உற்றான் உன்னை உள்ளிலிருந்து
நோக்கினேன் நின் ஒளி மறப்பேனோ
நித்திரையில் கூட நானும்
மெய்த்திரையில் ஆடும் விம்பம்
நீயல்லோ நாளும் விமலனே

181. சங்கரா

ஆதியாய் ஜோதியாய்
அன்பீன்ற தவமாய்
அமர்ந்த குருவே
காதலாய் யான் காணலாய்
கனிந்த அமுதே
கற்றதாய் பெற்றதாய்
ஒன்றும் இலதே
கொண்டதாய் விட்டதாய்
கொடுத்ததும் இலதே
மரிப்பதாய் விடுவதாய்
உடலும் உளதே
உயிராய் உன்னில் சேர
ஒளி வைத்தாயோ
ஓமில் நின்றாடும்
ஒளி நாதனே ஓங்காரா
என்னில் ஒலித்த ஒழித்த
அன்பெங்கே யதன் சுவை கூறு
ஓங்காரா உள்நின்ற சங்கரா !

182. மன்னவா

அணையா நீ நீருக்கு
நெருப்பா நீ நீறுக்கு
சொல்லா நீ தமிழுக்கு
சோதியா நீ உலகுக்கு
சொந்தமா நீ அன்புக்கு
சுடரா நீ இருட்டுக்கு
சுற்றமோ நீ உறவுக்கு
மொத்தமோ நீ முடிவுக்கு
மன்னவா இனி மடியேன்
உன் மனசு கண்ட பிறகு

183. சுற்ற வெண் குடை

சுற்ற வெண் குடைத் தூய பரம்பரை
கற்ற தென்னுடை கருத்த வானுடை
மற்ற தே னுடை மறக்க வேயிலை
கொற்ற தமிழுடை கொன்றதேயிலை
காக்க கவியுடை காவி நின்ற நிலை
தேக்கத் தெளிவுடை திருத்தி அணிந்தநிலை
தென்ன அகத்தே நின்ற தென்றலும் அவளுடை
தீர்த்தத் தருமுடை நேர்த்த நிமிரும் படை
வாழ்த்த தலை முறை வாழ்க தமிழ் நடை
போற்றப் புரிதலை பொங்கும் தமிழ் அலை
சாத்தப் படுதலை பாடும் தமிழ் தனை
சத்தியப் பொருள் அதை சாகா விதிதனை
எடுத்தியம்பும் என்கலை எள்ளிலும் தலைநனை
குன்றிலும் குதித்தாடும் கொற்றவன் அவன்நிலை
கோலம் தீட்டியொரு கோவிலும் நினை
ஜாலம் காட்டியொரு ஜலம் நினை
மாயக் கண்ணோடு மறந்த நிலை
தேயத் தீதென திறந்த நிலை
தேவரும் விரும்பும் செங்கரும்பு தமிழே

184. பூட்டு

கற்றுக் கல்லா கல்விதனை தான் பூட்டு
வெற்றுச் சொல்லா விழுந்த வினை பூட்டு
உற்றுச் சாகா உளமென்ற எண்ணம் பூட்டு
வெற்றுத் தாளா விளைகின் றெழுத்துப் பூட்டு
பற்றுத் தேயா பற்றி நிற்கும் பற்றுப் பூட்டு
பாதி நிலவா பறைகின்ற ஒளிப் பூட்டு
பாசுர மறியா பள்ளிதனைத் தான் பூட்டு
மொட்டு விரியா மலர்தனை தான் பூட்டு
சுட்டு ஒளிதனை சுடருக்கு தான் பூட்டு
சுழலும் காற்றனை சுற்றி வந்தே பூட்டு
சுற்றும் பூமியை துதித்திங்கே பூட்டு
சொர்ண அண்டத்தை சுகமாய்ப் பூட்டு
சற்றுத் தெறித்த நீரை சரணம் என்றே பூட்டு
சாகாத வரமொன்றை சந்தித்தே பூட்டு
சலனம் இல்லானை சந்தித்தே பாட்டு
சச்சி தா அனந்தத்தைப் சரணடையப் பாடு

185. திருமூலம்

திக்கெட்டும் அருள்கின்ற திருமூலம் அறிவாயோ
திசையெங்கும் தித்திக்கும் தேனமுதம் சுவைத்தாயோ
தேயாமல் காத்துநிக்கும் கருணைதனை உணர்வாயோ
தாயிலும் மேன்மை கொள்ளும் தயை குணம் அறிந்தாயோ
தரணியில் பிணியறுக்கும் தகப்பனுடன் கதைத்தாயோ
தன்னில் ஒளி விளங்கும் மூத்த பரம் அவனல்லோ
தன்னை அறிய இணை கொள்ளும் இறவா வாழ்வல்லோ
இறைவன் அவனிருக்க குறையேதும் கொள்ளலாமோ
இச்சைவிட பிச்சை வரும் இணைந்தே பரமாவாய்
இயம்பாத அவனும் சுயம்பே கரும்பென்பாய்
இன்றுணர் நன்றுணர் கற்றுணர் இப்போதவனுணர்

186. தந்தை தாய் ஒன்றே

தந்தை தாய் ஒன்றே
தரணியில் குருவும் ஒன்றே
தெய்வம்தான் ஒன்றே
இங்கு திருவிளக்கும் ஒன்றே
ஈசன்தான் இன்றே
இருக்கும் ஒருமெய் ஒன்றே
பாலைத்தான் பிரிக்கும் வெறும்
வீணர் பகட்டறிவு பயின்ற
மேலைநின்ற மெய்யாய்
மேவி நின்ற பெம்மானும் ஒன்றே

187. உற்றவன்

உற்றவன் ஊற்றவன் நற்றவன் நற்தவம்
பொற்றவன் போற்றவன் பொன்னிலும் மேலவன்
புகழவன் நாமம் புவியெங்கும் பரந்தவன்
அன்பினில் செறிந்தவன் அண்டத்தில் கரைந்தவன்
துன்பத்தில் இனிப்பவன் துயரும் துடைப்பவன்
இன்பத்துக்குள்ளே இருந்து சிரிப்பவன்
இன்பமே அவனல்ல இடரும் அவனல்ல
மயங்கவே செய்கின்றான் மனதும் அவனல்ல
மறுபடி பிறந்தால் மடியும் தாள் அல்ல
அள்ள அள்ளக் குறையாத அமுதே அவன்
அண்டத்தில் செறிந்து அவன் மடி சுரக்கும்
அன்றும் இன்றும் அன்பணிந்தோர்க்கு ஞானப்பால்

188. நீ இருக்க குறையேது

அன்பெனும் சுடராகி ஆனந்தக் கடலாகி
அமுதமும் நிலையாகி அதில் நின்ற கருவாகி
உருகி நின்ற உத்தமக் கருணையே
பெருகி நின்ற பெருஞ்சுடரே
நீ இருக்கக் குறையேது நா மறக்கத் தமிழ் ஏது

189. அம்பலத்து ஒளியே

ஒன்றென உணர்ந்து நின்று
இரண்டென பிரிந்த தண்டு
மூன்றெனக் கண்ணாகி
நாலென வேதமாகி
ஐந்தெனத் தொழிலாகி
அதில் சுழல்கின்ற பம்பரம் போல்
பரமே எனையாக்கி
ஆறு முகமாக்கி
அதில் விழுந்தேழு பிறப்பாக்கி
உனைமீட்ட விழுந்தேனே
உள்ளமுதத் துள்ளே
அரு உரு இல்லா
அம்பலத் தொளியே

190. இருப்பது நீதானே

கண்ணோடு கண் நின்று
கண நேரம் தான் நின்று
சொல்லோடு சொல் நின்று
சோதியும் பெருகி நின்று
சேரும் இடம் உண்டு
உன்னோடு நீ உண்டு
உருக்கு பொன் தாள் உண்டு
உண்மையில் அது உண்டு
உருகியே நீ நின்று
உத்தமன் நீ கண்டு
உனைக் காக்கும் கரு உண்டு
உள்ளுக்குள் தீ கண்டு
ஒடுங்கியே நில்லின்று
ஓங்காரத்துள்ளே
ஓடி ஒழிந்திருந்து
இருப்பது நீதானே

191. சுயம்பே எழுதட்டும்

தீபஒளிகள் தீரட்டும்
தீதினை அழித்தே சிரிக்கட்டும்
தீபத்தின் வழிகள் ஜனிக்கட்டும்
கோபத்தின் வழிகள் கிடக்கட்டும்
கொலுவினில் சாமி இருக்கட்டும்
கோதையும் அதனை வணங்கட்டும்
கோகுலம் என்றும் சிறக்கட்டும்
கோபுரம் இன்று நிமிரட்டும்
காம்பினில் மலர்கள் தங்கட்டும்
காம்பே மலர்களை தாங்கட்டும்
சுயம்பே இயம்புதல் எழுதட்டும்
சோதியே சுவர்கள் கடக்கட்டும்
சொர்க்கமே வாசல் திறக்கட்டும்
சொர்ணதேவா சொப்பனம் பலிக்கட்டும்
அர்ப்பணம் ஆகியே அவ்வொளி அமரட்டும்

192. முக்தி

மறையது முதலது அரியது
உருவது உருள்வது பெரியது
பேறிது பெறுவது அருளது
புகழது வாழ்வது விடையது
மேலது தூயது நீறது
கேளது கொடுப்பது உயர்வது
வாளது எடுப்பது தாழ்வது
வடிவது உணர்வது அறுப்பது
தாயது குருவது பிரம்மமது
தானது கொள்வது சிறப்பது
பேயது மனமது குரங்கது
பேசது பேசாது நிறுத்தது
கோனது கருவது அணுவது
படைத்தது காப்பது அழிப்பது
பாரது நீயது நானது
பற்றறு பற்றும் தீயது
ஊதது திரையது மறைவது
உள்ளது சிரிப்பது நீயது
ஒன்றது போவது கதவது
உள்ளது இருப்பது பரமது
இதுவே முக்தி அது
இறைவா முத்தியது பழம் அல்லோ

193. ஒப்பிலான்

ஒப்பினுக் கொப்பில்லை யென் அப்பனுக் கொப்பா
ஒன்றில்லை யண்டத்திலெங்கும் மாசிலா வொன்றை
யென் மனமு மறியாதே

194. முத்தாய் மூலவன்

பித்தாய்ப் புரண்டேன் பிறைநிலவன் ஆனேன்
பிதற்றினேன் என்னுள் பிறரும் வேண்டாய்
முத்தாய் மூலவன் என்னுள் சொத்தாய்
செத்தேன் தினமும் எண்ணம் கொன்று
எடுத்தேன் தமிழை என்னுள் வெறுப்பாய்
கண்டேன் அவனை அதனுள்ளும் இருந்தான்
வந்தான் வாழ்ந்தான் வாசல் திறந்தான்
வீழ்ந்தேன் அவனிடம் வேறு வழியில்லை
வாழ்ந்தேன் தாழ்ந்தேன் புழுவாய் நெளிந்தேன்
வந்தவர் ஓடினர் போகம் இல்லையென
தனித்தே நிற்பேன் தரணியும் காப்பேன்
என்னை உணர்ந்தால் எவனுக்கும் சுகமுண்டு
எறிந்து விடாதே நீ பல் குத்தும் குச்சியிலும்
உணர்ந்து பார் நானுண்டு

195. குண்டொளி

குண்டொளி கண்டபின்
குவிந்ததென் கரமடா
உன் தழல் வெந்தபின்
உதிர்ந்தது நீறடா
உண்மையும் பொய்யும்
உலகினில் நீயடா
அருவமும் உருவமும்
அறிவினில் தெரிந்ததா
அசைவினில் உருண்டதே
அகிலமும் புரிந்ததே
அன்பினில் கிடந்ததே
ஆசையில் அழிந்ததே
அவனற்று மானுடம்
அவனியில் அழுததே

196. திருவே

திருவே அருளே தெளிவே !
தருவாய் முழுதாய்
தமிழை
பெறுவாய் புகழை
புவியில்
அருவாய் கருவாய்
ஏனதில்
உயிராய் ஒருவாய்
இறைந்தாய்
ஒளியே ஒலியே
உனைநான்
தெளிவே தெரிவேன்
புரிவேன்
உறையே தருமே
வழியே
தொடரே தினமே
திருவே
மனதே மயங்கேல்
முறையேல்
முடிவே தருமே
ஜெயமே
மரித்தேன் உனதுள்

மறையே !

197. மெய்ப்பொருளே

மெய்யோடு வினை நின்று
பொய் பேசும் வினை ஒன்று
உய்யென் றெனக் கருளி
உண்மை நின்ற மெய்ப்பொருளே

198. குருவே சரணம்

தீயதும் தீய்ந்து
திரு விளக்காகி ஒளிதருமோ
நானது அடங்கி
நாவினில் சொல் நிற்குமோ
ஊனது உறைந்து
உள்நிற்கும் ஒளியே
தேனது கசந்திட
தித்திக்கும் இனிப்பே
தேடுமுன் திசை சொல்லி
தீராத நதியில் விட்டாய்
தேடுவேன் மெய்ப்பொருள்
தினம் நானும்
ஆவியில் அடங்கி
அம்பலத்தில் நின்றவனே
அன்னையும் தந்தையும்
அறிவும் ஆனாய்
முன்னையும் இருந்த
மெய்ப்பொருள் ஆனவா
என்னையும் ஆட்கொண்ட
கருவே குருவே சரணம் !

199. நாடிவந்த குருவே

சிவ பாலன் சிந்துமோ சிவ பூமி இருள் மாற
தவ நேசன் பிறந்தானே தரணி ஒளியாக
நவ கோள்கள் நடுநிசியில் கருப்போட்ட
உருவே நாமெல்லாம் திசைமாற நாடிவந்த குருவே
நானிலம் காப்பாயோ நடுவீட்டில் இருப்பாயோ
மூவேந்தர் உனைச்சூழ முடியும் அணிந்தாயே
மரியாவும் ஜோசேப்பும் மனதார வாழ்த்தினரே
குடியாவும் மன்னனோடு குற்றம் புரிகையில்
குழந்தையாய் வந்தாயே யன்புக்குலம் தழைக்கசிவவழி
சொல்லியெல்லோ மெமைச்சூழ்ந்தாயே
போற்றி பாலகா போற்றி போற்றி பொன் பிறை
சூடியவா போற்றி போற்றி !

200. பெற்றவன் அன்பு

மெய்தனை மீட்டினார் மீண்டும் மாள்வாரோ
பொய் தரும் இசைக்குள்ளே புதைந்து வாழ்வாரோ
பேறினில் பெரிதில்லை பெற்றவன் அன்புக்கு மேலே
பெரியதொன்றாய் இங்கில்லை பிறப்பறுக்கும் பரம்மேலே

201. இருபத்தொரு ஜோதி

தீராத தாகமொன்று தீக்குடத்தில் இருந்ததங்கே
பாராத பார்வையொன்று பதியும் வேளையிலே
கூறாத வேதமொன்று கடல் நிறைந்து இருந்ததம்மா
கல்லாத கல்வியெல்லாம் காசில்லாமல் இருந்ததம்மா
கருணையே கடவுள் என்று கல்வெட்டும் கண்டேனே
சிவமே அன்பென்று சிதறிய முத்தும் கண்டேன்
முதலும் முடிவும் மூச்சும் பேச்சும் அங்கில்லையே
செயலும் பயனும் சேர்ந்த கர்மம் அவனடி
சேராது விட்ட துன்பம் திளைத்தேன்
இருளே சூடியிருந்த இருவிழிச்சந்திர சூரிய திரைமறைவில்
இருபத்தொரு ஜோதி கண்டேன் இதற்கு
இணையான இன்பமினிக் காணேன் குடவிளக்கே

202. ஓம்

அண்ட விண்டத்தில் கடந்தொரு தேன்
பிண்டத்தில் பிறந்து வாழ்ந்து இனித்ததுவோ
பின்னையும் முன்னையும் பிறப்பறிந்ததுவோ
பெரும் பேறும் பெயரும் வாழ்வும் வழங்கியதோ
வான் மறை போலாகி கருணை தந்த கடலோ
காதலும் போலாகி கட்டிய அன்பாகி காட்டியதோ ஒளி
ஓர் ஒலி ஓம் ஆகி உயர்ந்ததுவோ வாழ்வில்
என் உயரம் அறிந்ததுவே !

203. ஓம் போற்றி நம

ஓம் பூர்ணாய நம

ஓம் சகல சம்பத் பவாய நம

ஓம் சச்சிதானந்தாய நம

ஓம் ஆனந்தாய நம

ஓம் அனந்தாய நம

ஓம் பூஜ்யாய நம

ஓம் புண்ணியாய நம

ஓம் புனிதாய நம

ஓம் வேத சாராய நம

ஓம் வெங்கடேஷ்வராய நம

ஓம் நித்தியாய நம

ஓம் நிரந்தராய நம

ஓம் நிர்மலாய நம

ஓம் நம தூதாய நம

ஓம் நாதாய நம

ஓம் நாமாய நம

ஓம் ராமாய நம

ஓம் நந்தியாய நம

ஓம் நடேஸ்வராய நம

ஓம் நர்த்தனாய நம

ஓம் பஞ்ச பூதாய நம

ஓம் நிர்க்குணாய நம

ஓம் துர்க்காய நம

ஓம் துக்க நாசாய நம

ஓம் மத்யாய நம

ஓம் சக்தியாய நம

ஓம் சகலதாய நம

ஓம் சாட்சியாய நம

ஓம் சற்குணாய நம

ஓம் சாஸ்த்ராய நம

ஓம் சகல சம்பத்யாய நம

ஓம் ஜஸ்வர்யாய நம

ஓம் பாசு பதாய நம

ஓம் பரந்தாய நம

ஓம் பார்வதியாய நம

ஓம் மனோகராய நம

ஓம் முருகாய நம

ஓம் முதல்வாய நம

ஓம் மூத்ததாய நம

ஓம் முக்கண்ணாய நம

ஓம் ஆதியாய நம

ஓம் அமிர்தாய நம

ஓம் கண்டாய நம

ஓம் கருணா முர்த்தியாய நம

ஓம் பைரவாய நம

ஓம் நீறாய நம

ஓம் மந்ராய நம

ஓம் சகல சித்தியாய நம

ஓம் விநாயகாய நம

ஓம் ஏகாய நம

ஓம் எழுத்தாய நம

ஓம் ஆஹாஸ நம

ஓம் புவனாய நம

ஓம் திருவண்ணாய நம

ஓம் குருவாய நம

ஓம் குலாய நம

ஓம் குணேஷ்வராயா நம

ஓம் திருவாய திருவடி போற்றி போற்றி நம

204. காலை வேளை

பனி தரும் பொழுது காலை
மனித ரும் மயங்கும் வேளை
மார்கழி மதி நிறைந்த நாளை
ஆயரும் துதித்த வேளை

தூயரும் எழுந்த காலை
மாயனைப் புகழ்ந்த வேளை
மதியது சிறந்த நாளை
மது சுதன் உதித்த வேளை

வைகறை சிவந்த காலை
வரும் துயர் அகன்ற வேளை
மெய்யது துதித்த நாளை
உய்யவே சிறந்த வேளை

சிலை யது பேசும் காலை
சித்திரம் வரையும் வேளை
பத்திரம் என்ற நாளை
பரமனே செய்த வேளை

உத்தமம் உணர்வு காலை
உடுப்பதும் உணர்ந்து வேளை

பிரணவம் கொடுத்த நாளை
பிறர்க் களி பெற்ற வேளை

பிறப் பது ஒடுங்கும் காலை
இறப்பது உணர்ந்த வேளை
சிறப்பது கொண்ட நாளை
சிவனது பெற்ற வேளை

நடப்பது கலியில் காலை
நட ராஜனின் கூத்து வேளை
நமக் கது சிறந்த நாளை
நமசிவாய நலம் தரும் வேளை

205. நீ என்பேன்

என் தமிழ் உருகிட
எத் திசையும் நீ என்பேன்
ஏகன் நீ என்பேன்
ஏகலைவன் நீ என்பேன்

எச் சுரமும் நீ என்பேன்
எப் பாட்டும் நீ என்பேன்
எக் குணமும் நீ என்பேன்
இக் கணமும் நீ என்பேன்

இப் போகம் நீ என்பேன்
இவ் மயக்கம் நீ என்பேன்
இச் சொல்லே வேதம் என்பேன்
இச் சுவையே மோனம் என்பேன்

முத் தமிழ் நீ என்பேன்
மூல விக்ரம் நீ என்பேன்
முதல் ஆதி நீ என்பேன்
மூத்ததும் நீ என்பேன்

மண்ணும் நீ என்பேன்
மடு மலையும் நீ என்பேன்

மக்கள் நீ என்பேன்
மன்னவன் நீ என்பேன்

மௌனம் நீ என்பேன்
மோகமும் நீ என்பேன்
மோட்ஷம் நீ என்பேன்
முடிவும் நீ என்பேன்

மயக்கம் நீ என்பேன்
மனதும் நீ என்பேன்
உறக்கம் நீ என்பேன்
உண்மையும் நீ என்பேன்

உலகம் நீ என்பேன்
ஒவ்வொரு அணுவும் நீ என்பேன்
பொய்யும் நீ என்பேன்
அதன் பொருளும் நீ என்பேன்

குருவும் நீ என்பேன்
குலமும் நீ என்பேன்
கோடையும் நீ என்பேன்
கொளுத்தும் வெய்யிலும் நீ என்பேன்

கொடையும் நீ என்பேன்
கொடுக்கும் வள்ளலும் நீ என்பேன்
கோணல் நீ என்பேன்
நேரும் நீ என்பேன்

நற்றவன் நீ என்பேன்
நாமமும் நீ என்பேன்
நன்றியும் நீ என்பேன்
அன்றியும் அது நீ என்பேன்

அன்னையும் நீ என்பேன்
தந்தையும் நீ என்பேன்
அசைவது நீ என்பேன்
ஆசையும் நீ என்பேன்

அன்னமும் நீ என்பேன்
அமுதும் நீ என்பேன்
அகப்பையும் நீ என்பேன்
அதில் விடும் சொதியும் நீ என்பேன்

காண்பது நீ என்பேன்
காட்சியும் நீ என்பேன்
கண்களும் நீ என்பேன்
கடலே உன்னை எது என்பேன்

விரிந்தது நீ என்பேன்
விசையும் நீ என்பேன்
தெரிந்தது நான் என்பேன்
தேனே உனை நான் எது என்பேன்

மலர்கள் நீ என்பேன்

மங்கையர் குழல்களும் நீ என்பேன்
வண்டுகள் நீ என்பேன்
வர்ணமும் நீ என்பேன்

வாசம் நீ என்பேன்
வசமும் நீ என்பேன்
வேதம் நீ என்பேன்
வேலும் நீ என்பேன்

காலம் நீ என்பேன்
காரணமும் நீ என்பேன்
நாழி நீ என்பேன்
ஆழியும் நீ என்பேன்

அன்பு நீ என்பேன்
அதில் ஊறும் கருணையும் நீ என்பேன்
பண்பு நீ என்பேன்
பரந்தாமா உனை நான் எது என்பேன்

ஐம் புலன் நீ என்பேன்
அவ்வையும் நீ என்பேன்
அறிவு நீ என்பேன்
அதில் அழிவும் நீ என்பேன்

அங்கோர் நான் என்பேன்
அதிலும் நான் என்பேன்
எங்கும் நான் என்பேன்

உதயகுமார் காங்கேசந்துறை

எதிலும் நான் என்பேன்

206. சரணம்

அரு வைரம் ஆடக் கண்டேன்
கரு மணியில் உறங்கக் கண்டேன்
முப்புரியில் மூன்றும் கண்டேன்
முத்தமிழே மூளக் கண்டேன்

சொற் தமிழில் சோதி கண்டேன்
நற் தமிழில் நாலும் கண்டேன்
ஒப்புயர்வில் வேதம் கண்டேன்
ஒரு மணியின் ஓசை கொண்டேன்

அப்புரியில் அமிர்தம் கண்டேன்
அக்கணமே அதையும் உண்டேன்
உன் தமிழில் ஆட்சி கொண்டேன்
ஒரு மன்னன் பேசக் கண்டேன்

ஐந்தொழிலில் அவனைக் கண்டேன்
அவன் துணையில் வாழ்வு கொண்டேன்
அஞ்சாமை நாளும் கொண்டேன்
அவனடியில் சரணம் கொண்டேன்

207. பரம் பொருளே

உனை யன்றி ஏது முளதோ உண்மைப் பரம் பொருளே
சிலையன்றிச் சித்திரம் பேசுமோ செந்தமிழ் தான் வழியே
பகையன்றிப் பரம் தன்னை பகல் இரவு போற்ற வல்லார்
துயர் அன்றித் தூய கடலுள் துயின்று பெறுவார் பேறல்லோ

மறை அன்றி மனித குலம் கறை கொண்டெழுமே
குறையன்றிக் கும்பிட குமரன் அருள் வருமே
அவனன்றி அணு கூட அசையா திருக்குமே
அவ னணுகித் தோற்றவன் அண்டத்தில் இல்லையே

208. அமர்ந்த பெருமாளே

முத் தமிழாய் முதல் வேதமாய்
நற்றமிழாய் நாத வீணையாய்
பற் பொருளாய் பற் சுவையாய்
பரந்திட்ட பரந்தாமா

ராம நாதமாய் ரகு வரனாய்
வாம தேவனாய் சாம வாசலாய்
காம தேனுவாய் நாம பக்தனாய்
ராஜ வீரனாய் ராம பாதையாய்

தான தர்மமாய் ஆன பேறினாய்
கான ராகமாய் காணக் கோடியாய்
மோகம் அற்றதாய் மோனக் களிப்பினாய்
கருணை உண்டதாய் காதல் கொண்டதாய்

ஞானம் கொண்டதாய் நன்றி கொண்டதாய்
கேள்வி அற்றதாய் ஔவை உண்டதாய்
அன்னமிட்டதாய் கங்கை கொண்டதாய்
கண்களிட்டதாய் குரு சுமந்ததாய்

களித்துப் போற்றினாய் காளகத்தியாய்
கண்ணன் கொண்டதாய் கர்ணன் பெற்றதாய்

ஆன வர்ணனாய் ஆடி நின்றுளாய்
ஆடி தில்லையாய் அமர்ந்த பெருமாளே

209. சீவன்

ஒளியற மலரும் செடி உண்டோ
ஓம் அற ஒரு மந்திரம் உண்டோ
சிவம் அற ஒரு சீவன் உண்டோ
சிலை அற ஒரு கோவில் உண்டோ
குரு அற ஒரு ஞானம் உண்டோ
கும்பிட்டு வம்பிட்டு ஒரு பலன் உண்டோ
தவம் அற ஒரு முக்தி உண்டோ
தன்னை உணர சிவம் உணர்வாயே

210. சீவனை போற்று

மனமெலாம் கரைந்ததுண்டோ
மண்ணிலே மார்க்கம் வேறுண்டோ
குணமெலாம் கொளுத்தியதுண்டோ
குடை தரும் நிழல் கண்டதுண்டோ

சிவமெலாம் பூசிய துண்டோ
சிற்றொளியில் நனைந்ததுண்டோ
சிறப்பெலாம் பேசிய துண்டோ
சீவனை நினைத்துருகியதுண்டோ

தூயது கொண்டதுண்டோ
துயரினை எறிந்ததுண்டோ
ஆயது அறிந்ததுண்டோ
அடிமுடி தெரிந்ததுண்டோ

அருமறை கேட்டதுண்டோ
அதிலொழிந்ததை கண்டதுண்டோ
சிவக்கும் வாய் உரைத்ததுண்டோ
சிவ நமச்சிவாய பேரைக் கண்டோ

செடியெலாம் பூக்கும் கண்டோ
சிவ உயிரெலாம் சிறக்கும் கண்டே

பயிரெலாம் செழிக்கும் உண்டே
அதன் வேரிலும் சிரிக்கும் சிவமே

குறையெலாம் ஏதுமுண்டோ
குற்றமும் கண்டு மென்றுண்டே
காண்பது யாவும் சிவமுண்டே
இங்கு கருத்தெது கலங்கு முன்பே

உன் இருப்பெது உலகில் உண்டே
சீவன் சிறக்க வாழ்வதுண்டே
விளக்கது அறிந்த பின்னும்
வீழலாமோ மாய வலையின் உள்ளே

சீவனை போற்று இன்றே
சிவ மது தெரியும் நன்றே
காலனை வெல்லும் ஒன்றே
காதலும் கொண்டு இன்றே

211. வாழ்க நீயடி

பொய்யடி கனவடி
மெய்யே அந்த
திருவடி

வையடி வகையடி
வைத்ததெல்லாம்
வெறும்
கனவடி

நாலடி கேளடி
தமிழடி
நல்லதெல்லாம்
அவனடி

சிரியடி அழடி
சிறு மணி
கேளடி அது
சிவ மணி

விழியடி திறவடி
திறப்பதடி
விழியடி விழியடி

கடலடி

முள்ளடி முள்ளடி
மோகம் ஒரு
முள்ளடி

படியடி படியடி
பரந்தாமன் நாமம்
படியடி படியடி

அடியடி தடியடி
அதிலில்லை
சுவர்க்கமடி

மறவடி மறவடி
பொய்யும் மெய்யும்
மறவடி

உறவடி உறவடி
உது
கதவில்லையடி

பசியடி பசியடி
திருவடி நினைத்தால்
பசியடி

உயிரடி உடலடி

உலகமடி
உணர்த்தியது
பொய்யடி

மயிலடி மயிலடி
மனதே மனதே
மயிலடி

விரும்படி விரும்படி
அவனை
விழித்தே விரும்படி

வரும்படி வரும்படி
ஞானம் இங்கே
வரும்படி

வாக்கடி வாக்கடி
நாவில்
கவனம் வையடி

பதியடி படியடி
பத்தும்
படியடி

கடலடி கடலடி
அலையில்லா
கடலடி

அருளடி அருளடி
அதை நீயும்
பெறடி

பெறடி பெறடி
பெறாதவன்
குரு றடி

சரியடி சரியடி
சகலதும்
உணரடி

சாமியும் தெய்வமும்
சகலதும்
நீயடி நீயடி

அதையுணர்ந்து
வாழடி வாழடி
வாழ்க நீயடி

212. கண்டதும் மறந்தேன்

இனிப்பேன் களிப்பேன் இடைவிடாத துடிப்பேன்
இணையே உனை நினைந்தால் விழிப்பேன்

மறையே மறைந்தேன் தெரிந்தேன்
மத்தளத்தில் ஒலியேன்
வழியேன் விழியேன் வாசல் நின்ற வடிவேன்

அருந்தேன் மருந்தேன் அமுதென்ற சொல்லேன்
கற்றேன் கடந்தேன் கண்டதும் மறந்தேன்

கற்சிலைக்குள்ளும் கரும்பென்ற இனிப்பேன்
நீயேன் நானேன் நடுவேன் நீயும் நானும் நாவின் தேன்

பிறப்பேன் இறப்பேன் நித்தமும் பிறந்திறப்பேன் அமுதே
படைப்பேன் வாழ்வேன் பசியேன் பருவத்திலெழும் துடிப்பேன்

கொண்டேன் கிடந்தேன் கொண்டதும் கழற்றி நின்றேன்
கழலேன் சுழலேன் அதில் மூழ்கி அழுதேன்
விழலோ என் அன்பு விழுதல் முறையோ

எழவோ இனி மீண்டும் கரும் புண்ண
தர வேண்டும் தந்தே மகனை நீ காக்க

213. கண்டியோ அவனை

கண்டியோ அவனை கடு வெளி தனில்
முந்தியோ டெனை முதல் நின்றவனை
பிந்திய இரவில் பிறந்த பிறைச் சந்திரனே

பங்கினியோ டிருந்த பருவ வைகறை
பகலு மிரவும் உயிர் காக்கும் காற்றே
கண்டியோ அவனை கடு வெளி தனில்

வேத மொலித்து விளங்கும் பரனே
நாத மிசைத்து நடுவில் உளனே
கோதையர் எழ கதிர் கொளுத்தும் கதிரவனே
கண்டியோ அவனை கடு வெளி தனில்

புல் பூண்டு மரம் தாங்கும்
புது வித்து வேர் தாங்கும் மண்ணே
மணியில் மணியாய் உறையும் மாணிக்கம் அவனை
கண்டியோ அவனை கடு வெளி தனில்

ஆகாய மரம் தனில் அழகுறத் தொங்கும்
அதிகாலை வைரங்களே நீல வானில்
நித்திய மிலா நட்சத் திரங்களே
கண்டியோ அவனை கடு வெளி தனில்

மேகம் தொட முனைந்த மேரு மலைகளே
பூமியின் புது ஊற்று புண்ணிய சிகரங்களே
கண்டியோ அவனை கடு வெளி தனில்

காணாது வாடி கணமும் வாடி
கண்டதும் தேடி கருத்தினில் பாடி
இருப்பினில் நாடி இணைந்ததும் கூடி
இயம்ப வல்லாரோ இங்கே எனக்கவனை

214. உண்மை

உனை மீறி எது அசையும்
உண்மை ஓங்கி பொய் கரையும்
தன்னை ஒன்று தானறியும்
தந்தை பெயரில் தாய் உறங்கும்

விந்தை என்று மனது கரையும்
முந்தை என்று மொழி கூறும்
சந்தை என்று ஐந்து இருக்கும்
அந்த சரத்துக்குள்ளும் ஒன்றிருக்கும்

சொல்லுக்குள் அது இருக்கும்
சொற்களாக அது இல்லை
ஜோதிக்குள் அது இருக்கும்
ஜோதியாக அது இல்லை

இருளுக்குள் இருண்டு நிக்கும்
இருளாக அது இல்லை
இமைபோல காத்து நிக்கும்
இமை போல் சுமையில்லை

தாயை விட பரிந்திருக்கும்
தாயோடும் ஒட்டியிருக்கும்

ஒட்டாமல் ஒட்டியிருக்கும் உன்னிடம்
அந்த உண்மையின் தலைவன் அறிவாயோ

215. தேவனே வாழ்க

விசை வந்து இழுக்குது
இசை ஒன்று பாடுது
மடை ஒன்று திறக்குது
சடை ஒன்று பேசுது

படை ஒன்று நகருது
படைத்திங்கு காக்குது
தடை ஒன்று விலகுது
தமிழ் ஒன்று பாடுது

விதை ஒன்று முளைக்குது
விண்ணுக்குள் அடங்குது
வரு முன் காக்குது
வடிவழகு பேசுது

படை என்று அழைக்குது
பாடத் தூண்டுது
குடை ஒன்றிருக்குது
கும்பிடத் தோணுது

நடை ஒன்றிருக்குது
நாடகம் நடக்குது

நன்றி சொல்லத் தோன்றுது
நாளும் இனிக்குது

அஞ்சு கொண்ட நெஞ்சே
அஞ்சேன் என்குது
பிஞ்சு கொண்ட பின்னே
பிதற்றுவது நேர்மையோ

பிதாவும் மாதாவும்
பேணி நின்ற குருவும்
பிரம்மமும் அன்றி
வேறில்லை அறியே

பித்தோடு நானும்
பேசுகின்ற தமிழும்
சத்தோடு கேளே
சரஸ்வதியாளே

முத்தான தமிழும்
மூண்டு நிற்கும் கோணமும்
முன்னோரின் தர்மமும்
முதல் நின்று வாழ்க

இப்பாலில் இன்று
எழுதுகின்ற வேதமும்
எக்காலம் தொட்டே
எழுந்து நின்று வாழ்க

அத்தாளில் நின்று
அடைக்கலம் நானும்
அமுதாகிச் சுரக்கும்
அருந்தமிழும் வாழ்க

அந்தோ அந்தோ
அரு மருந்து காணீர்
விருந்தோ இன்று
விபரம் காணீர்

தெவிட்டாத தேனே
தேவனே வாழ்க
இருட்டாத ஒளியை
இன்றோடு இணைக

முத்தாகித் திறக்கும்
மூலம் காணீர்
முதுமை இல்லை
முத்தமிழ் காணீர்

தெவிட்டாத நாவும்
தீண்டும் நாமமும்
திரு வாயில் சொல்லீர்
திரு சிற்றம்பலமே

216. சுடர் சூடியவர்

சுடரைச் சூடிய சுடரை சுடர் நாளும் சூடியவர்
சுடராய் ஆகி சுடரோடு சேர்ந்து சோதி ஆனாரே
இடரோடு பிறந்து இன்பக் கடல் நீர் ஆனாரே
இப்பிறப்பும் மீண்டாரே இனிப் பிறக்க மாட்டாரே
ஒன்றோடொன்று ஒரு சேர இரண்டாய் இருக்காது
மெய் மெய்யோடு சேர்ந்திங்கு ஒளி இரண்டாய் இல்லை
உய்ந்து உருகி உரு அரு அற்று உருகியபின்
பொருள் காலம் காரணம் இல்லா தவநிலை
முக்திக்கு மேலே நின்ற மூத்த பரம் ஆகுமே

217. அரற்ற அற்றது

அற்ற அற்றரது அரற்ற அற்றது
அற்ற அற்றதில் அரற்றும் அற்றதே

218. சுடர் பலா

கல்லாய் இடறும் கறை வினைக்கண்
மேனி எரித்தாலும் இடரெரித்து சுடர் காண
சுடலையில் ஆடுவேனே பொன்னம்பலா
முள்ளே மேனியில் ஒட்டினாலும் உள்ளிருக்கும்
சுவைதன்னில் உணர்ந்து கிடக்கும் இப்பலா

219. முழு மதி

ஒரு மதி ஓம் என
மறு மதி மற வென
சிவ கதி வா வென
முழு மதி வளர்ந்ததுவே

இரு மதி இணை அதில்
குதி அதில் நினைதனில்
பெரு மதி ஒளியதுவே

படி தனி பார் அதில்
விடு சனி வேரினில்
முடி இனி மூடி அதில்

எடு கனி கடி அதில்
தெரி இனி முடி அதில்
புரி இனி பிறப்பதில்
இறப்பில்லையே

220. காக்கவேணுமே

ஆடிய பாதங்கள் அமரலாமோ
அருந்துணை வேதங்கள் மறையலாமோ
சூடிய பிறையொன்று சுடலாமோ
சுந்தரத் தேன் தமிழ் சாகலாமோ

நாடிய பரமது நட்டாற்றில் விடலாமோ
நமக்கது இனியது நாம் மறக்கலாமோ
நடுவினில் இருப்பது நயமற்று பேசலாமோ
நம்பிக்கை நாளும் உடையலாமோ

தொட்டது துலங்க இனி மறுக்கலாமோ
தொட்டிலில் குழந்தை நாளும் தேம்பலாமோ
தென்னவன் தேரிது தெருவில் நிற்கலாமோ
முன்னவன் குடையிது முகம் இனி நனையலாமோ

அன்னையின் பாலிது ஆலகாலம் ஆகலாமோ
அறிவது நொருங்கியே அகமது சாகலாமோ
தெரிவது இருட்டினில் இனி மறையலாமோ
தெளிந்தது குளம்பிய குட்டைபோல் தேங்கலாமோ

பரிவது கொண்ட பரன் புறன் பேசலாமோ
பார்த்தனின் பல்லக்கு வழியில் நிற்கலாமோ

பழியினைப் பரிசாகத் தினம் வழங்கலாமோ
பதினாறு பேறும் இனி காடு போகலாமோ

உணர்வது உலர்ந்து இங்கு சாகலாமோ
உனது பிள்ளை இனி நின்று தேம்பலாமோ
கனவது சசந்து நின்று கலங்கலாமோ
காப்பது நமச்சிவாயம் தினம் காக்கவேணுமே

221. தத்துவன்

பிள்ளைப் பருவமது
பிறை சூடும் பெருமையது
சொல் தூக்கி நா சுழலும்
சோதியிலும் மா பெரிது

கள்ளைக் கடை விழியோ
கண் நின்ற ஜோதி அது
கற்பனைக் கடவுள் மீது
கருத்து வைத்த காலமது

உள்ளம் இருக்குதென்று
உள்ளுக்குள் அறிந்ததில்லை
ஊருக்குள் கோவில் என்று
உலாத்தி வர உருகவில்லை

பள்ளிப் பருவம் என்று
பல எழுத்து இறங்கவில்லை
துள்ளிய இடமெல்லாம்
தூய கிருஷ்ணன் போலானேன்

ஓலைக்குடிசையிலே தூளி கட்டி
என் யசோதை பாட்டிசைத்தாள்

மாலைக் கருக்கலிலே
மனசு வைத்து நிலாக் காட்டினாள்

வாலைப் பருவமது வரும் விழிகள்
காத்து நின்றாள்
காலைச் சூரியன் போல்
கற்பூரம் ஆகி நின்றாள்

படைத்தாள் பல உணவு
பால் பழம் தட்டோடு
படுத்து உறக்கம் வர
பல கதைகள் பேசி நின்றாள்

உப்புக்கடல் மீது உனக்கென்ன
வேலை என்று
குளிக்கும் ஆசை கூட
தானெடுத்து நூல் தந்தாள்

அப்பாவின் கதை கேட்டு
அம்மா மடி உறங்கியதுண்டு
அவர்கள் யாரென்று
அன்று ஏனோ புரியவில்லை

தப்பான வார்த்தை வர
தாயாரே மந்திரம் உரைத்தாள்
அப்பா வீடு வர
அகலும் ஒளி விளக்கு

பகலில் உழைத்து வந்து
இரவில் களைத்து நின்ற
பண்பு எடுத்து வந்து
பலதும் புகட்டி நின்ற அப்பா

இரவில் நிலாக்காட்டி
இன்னுமொரு கவளம்பிடி
தமிழை ஊட்டி நின்று
தத்துவம் ஊட்டி விட்ட

அத்தனை ஒரு நாளும்
அடி முடி நானறியேன்
அன்னை தந்தை எல்லாம்
அவன் கொடுத்த வரம் தானே

இத்தனை நாள் பாடுபட்டு
இக்கவி சொல்லி வைத்தேன்
இன்றெனக்கு தூளி கட்ட
இறைவன் உண்டு கலங்கேனே

இளமை இளமை என்று
பல கனவு சேர்த்து வைத்தேன்
இமைக்காத விழிகளோடு
சில சொர்க்கம் படைத்து வைத்தேன்

என்னை அறிந்து வந்து

என் கதை பேச மறந்தேன்
தன்னை உணர்ந்து நின்ற
தாரகம் நானறிவேன்

முன்னைப் பிறப்பொன்று
மூட்டிவிட்ட தீயிது
அன்னை தந்தை அதைக்காக்க
அன்புடனே வளர்த்து வந்தேன்

பின்னைப் பெரு வழியில்
பெரிதாக விருப்பமில்லை
இன்று வாழ்ந்து வர
இழைத்து விட்ட இன்பமது

ஊசி முனையில் கூட
ஒன்பதில் நானிருப்பேன்
நீ காசிக்குப் போனாலும்
கணக்கு அறியமாட்டாய்

வாசியில் நானிருப்பேன்
வரதனும் குகனும் நானாவேன்
காரணம் நீ அறிந்தால்
ஆரணம் வேண்டாமே

இப்பால் இறக்கி விட்ட
மெய்ப்பாலில் நீ நனை
தமிழ்ப்பால் ஆக்கி விட்ட

உதயகுமார் காங்கேசந்துறை

தத்துவனை நீ அறி

222. என்னை அறிந்தால்

பூட்டைப் பாட்டால் இறக்கி வைத்தேன்
புரியாத ராகத்தில் பாட்டிசைத்தேன்
இருளை ஒளியால் விலக்கி வைத்தேன்
இங்கிருந்து தமிழை செய்து மகிழ்ந்தேன்

இறையோடு பேசி இரண்டறக் கலந்தேன்
மறையோடு நான் மண்டியிட்டுக் கொண்டேன்
குறையோடுதான் பிறந்து சிரித்தேன்
கும்பிடும் குலத்துடன் வந்து உதித்தேன்

நித்திய சைவன் நானானேன்
நித்தமும் கூட்டிப் பெருக்கி சிரித்தேன்
அத்தனைத் தாங்கும் அகிலமானேன்
அமுதையும் குடித்து அறிவு தெளிந்தேன்

சித்தனைக் கொன்று சிரசு ஏறினேன்
அத்தனைக் காட்டும் அமுதம் செய்தேன்
முத்தனை நாளும் மூச்சால் அறிந்தேன்
இந்த மூடனை நாளும் புடம் போட்டேன்

பிதற்றி ஊரெல்லாம் நடந்தேன்
பிறரின் பிணி வம்பு அறிந்தேன்

பெயரையும் பெயர்த்து கழற்றி வைத்தேன்
பெண்டாட்டி பிள்ளைகளை மறந்து திரிந்தேன்

அற்புதம் இவர்களுக்கு அவ்வப்போது செய்தேன்
ஆரும் அறிந்திலர் அருவகை மூடர்
பொற்பதம் தாங்கி புணர்ந்து நின்றேன்
பொன்னான வாழ்க்கையையும் இல்லை என்றேன்

குல வழி வந்த குருபரன் நானே
எனைக் கும்பிடாமல் ஒதுங்கு வீணே
ரகுவரன் நானென்று யாரடா சொன்னது
ரம்பையும் மேனகையும் நானே செய்தது

தெருவழி போகும் பைத்தியம் நான்
தீண்டும் நோய்க்கும் மருந்து நான்
தனி வழி இங்கில்லை எல்லாம் வழியே
தரணியில் நானும் தருகின்ற சரஸ்வதியே

மறைகள் தாங்கும் மன்னவன் நான்
மயானத்தில் ஆடும் சூத்திரன் நான்
பறைகள் தட்டும் பறையனும் நான்
அறைகளும் கொடுக்கும் அம்பலவனும் நான்

தெருக்களைக் கூட்டும் திருவடி நான்
மருக்களைக் காக்கும் மங்களம் நான்
இரும்பனை எட்டி உதைத்தவன் நான்
கரும்பதைக் கடித்து தெளிந்தவன் நான்

காலத்தை இழுத்து உருட்டுபவன் நான்
காதலும் கவியென்று பாடுபவன் நான்
அர்த்த ஜாமத்தில் எழுந்து ஆடுபவன் நான்
அன்னை தந்தையை ஆக்கியவன் நான்

அருந்தமிழ் அழகை உரைத்தவன் நான்
அகலிகையை எழுப்பி விட்டவன் நான்
அம்பெடுத்து வில்லை வளைத்தவன் நான்
ஆதியில் இருந்த சூத்திரன் நான்

புரிந்தவன் சுருதியில் பாடுவேன் நான்
புரியாதவன் புரவியில் ஓட்டமும் நான்
தெரிந்தவன் வாழ்வில் தெள்ளமுது நான்
தீண்டாதவன் வாழ்கையில் திருவும் நான்

கள்ளரின் வாழ்க்கையில் களவும் நான்
பொல்லரின் வாழ்வில் சூலாயுதம் நான்
வள்ளரின் தர்மத்தில் தர்மம் நான்
தள்ளாத வயதிலும் உன் தாகம் நான்

சொல்லாத வார்த்தையில் சொற்களும் நான்
சூடாத மகுடத்தில் அரசனும் நான்
அறியாத உன்னில் அறிவும் நான்
என்னை அறிந்தால் நீயும் தெய்வம்தான்

223. நான்

அழகிய பூக்களில்
அதில் இருந்தேன்
அதிசய நதிகளில்
கால் நனைப்பேன்

குடிசையின்
கூரையில்
கூழ் குடிப்பேன்
கோபுர வாசலில்
தவம் கிடப்பேன்

காதலின் தேவையில்
கனவிழப்பேன்
கோதையின் விழிகளில்
கொடி படர்வேன்

நாதனின் மேடையில்
நானிருப்பேன்
ஓடையின் இசையினில்
இருந்துணர்வேன்

விசரனின் போக்கில்

விதி மறப்பேன்
அரசனின் கதிரையில்
முடி இழப்பேன்

ஆலம் விழுதினில்
ஆடி இருப்பேன்
ஐந்து புலனையும்
அதில் எறிவேன்

வான வெளியினில்
காற்று வைப்பேன்
கடலின் நீரிலும்
நீலம் கரைப்பேன்

பச்சை மரங்களில்
இலையாவேன்
பழுத்த இலையிலும்
இருந்துதிர்வேன்

பூமியின் அச்சில்
வடம் இழுப்பேன்
பாதியை சுற்றி
பகல் தருவேன்

கறுப்பு இருளிலும்
கண்கள் செய்வேன்
வெள்ளி நிலவையும்

காவல் வைப்பேன்

மலைகளின் மயக்கத்தில்
நான் நனைவேன்
மரணித்துப் போகையில்
நானுணர்வேன்

நானும் அதுவும்
ஒன்றாவேன்
இரண்டு விழியிலும்
அதைக் காண்பேன்

224. பிறந்த கரு

உறுப்பில்லை
கறுப்பில்லை
வெறுப்பில்லை
விருப்பில்லை

பிறப்பில்லை
இறப்பில்லை
தாகம் பசி இல்லை
தனியில்லை

பொய்யோடு
தான் தளர்த்தி
மெய்யோடு
தவம் இருந்து

மெய்ஞான ஒளி
தானடைந்து
பிறந்த கரு மீண்டும்
சேர்ந்திடவே
பிறந்தேனே

225. எங்கும் சிவமே

உழல்வார் இரு ஓடம் வழியே
சுழல்வோர் உலகம் பொய்யென்றறியே
திருநாள் மறையும் காலம்தனிலே
தெளிவார் உடம்பும் தெரியும்பொய்யே

வினையால் மாளும் மானிடம் பழசே
விதியால் உழன்று விடும் உயிர் மெய்யே
விழியார் விரும்பும் விரதம் நன்றே
வீழ்ந்தால் துரும்பும் வராது அறியே

சுட்டால் பொன்னும் மின்னும் நன்றே
சுடரால் இடரும் மாறும் நன்றே
பெற்றால் பேறும் பிறவியும் அல்லே
பிறந்தால் போற்றும் பெருவழி நன்றே

முத்தால் சிற்பி உடையும் பின்னே
பற்றால் உலகம் தெரியும் நன்றே
அற்றால் அதுவும் எங்கும் சிவமே
அப்பா தமிழால் அமுதம் இனிப்பே

226. மனது

கல் மனதோ கவி மனதோ
புவி தனிலே உழல் மனதோ
சொல் மனதோ சுடர் மனதோ
செல் மனதோ செயல் மனதோ

இல் மனதோ இரு மனதோ
இகழ் மனதோ புகழ் மனதோ
கள் மனதோ மெய் மனதோ
கரு மனதோ கண் மனதோ

பெண் மனதோ ஆண் மனதோ
பெரு மனதோ சிறு மனதோ
புண் மனதோ பண் மனதோ
புயல் மனதோ பூ மனதோ

பதி மனதோ பசு மனதோ
புது மனதோ பழ மனதோ
கடல் மனதோ அலை மனதோ
கணம் மனதோ மனம் மனதோ

எது மனது எது அறிவு
சொல் மனதே சுக வரவு

அலை மனதில் படகு விட
கரை தெரியா கடல் இதுவோ

ஆசை மனதோ பேதை மனதோ
பூசை மனதோ மொழி மனதோ
பேசும் சுகத்தில் பெயரும் மனதோ
பாழும் உடலில் இது யார் மனது

பேச்சை நிறுத்து நாளும் கருத்து
பெயர் தெரியா அனாதை மனது
பூட்டைத் திறக்கும் சாவி மனது
புயலும் காற்றும் வீசும் மனது

நாட்டைக் காக்கும் நல்ல மனது
நாடோடிக்கும் நண்பன் மனது
நன்நெறி யாவும் சொல்லும் மனது
நல்லது செய்தால் திட்டும் மனது

கதிர் போல ஆடும் மனசு
புதிர் போட்டு மூடும் மனசு
சதிராட்டம் போடும் மனசு
சதி செய்து சிரிக்கும் மனசு

எது மனது எது மனது
எனதுடமை என் மனதோ
இலதிலவே இலதிலவே
இது அடங்கா பேயிதுவே

திட மனது ஜட மனது
தினம் மனது புது மனது
தெரிந்திடவே புதிர் மனது
அழித்து விட அரும்பும் மனது

நான் மனதோ நடு மனதோ
நமக்கெல்லாம் ஏது மனது
பொய் மனதோ புறம் சொல்லும்
புரிந்து விட்டால் சிவம் வெல்லும்

227. அண்டம் சுழலுதடி

அண்டம் சுழலுதடி அறிவான மெய்யினாலே
பிண்டம் பிதற்றுதடி அறிவிழந்த பொய்யினாலே
நீல கண்டன் கழலிருக்க நினக்கேது குறை
நெடுவழி விழிக்குள்ளே நீந்திக்கரை சேர்ந்ததாம்
நித்தம் அழுத மீன்

எண்ணித் தொடர்ந்த செயல் எல்லோரும் போன வழி
எண்ணாமற் பால் குடித்த எந்தனூரு சோடிக்கிளி
கண்ணாயிருந்தெல்லோ காத்த பொருள் யாரறிவார்
முன்னாள் வினையெல்லாம் மூட்டைகட்டி எரித்தானடி

முன்னர் முந்தி நின்று முக்காலும் தானுணர்ந்து
பின்னிப் பிணைந்த தேரில் பெயர் எழுத மறந்தானடி
பேதைப் பெண்ணே அகல் இருக்க ஆகாயம் தேடி
நகல் எடுத்து நம்பினார் தம்பிரான் வாசல் மறந்தாரோ

எம்பிரான் காத்த தெய்வம் நம்பிரான் ராம நாமம்
உம்பிரான் போகு முன் உழுது நடு ஊர் நடுவே
செம்பிரான் செப்பிய தமிழ் செறிந்ததே மருந்து காணே
கண்பிரான் காணவல்லார் கரை சேர்ந்தார் மெய் வழியே

228. தயங்கேனே

நின்னை வணங்கா நெஞ்சில் இன்பமுண்டோ
முன்னைப் பிணக்கிலிங்கு மீண்டும் உழல்வேனோ
அன்னைக் குயர்ந்த அறிவழகே நின்னை விடுவேனோ
விடம் உண்ட கண்ணன் உனைக் கவர்வேனோ

பெண்ணை இடமிருத்திப் பிறை சூடி
புவி தன்னில் தானடங்கி எமக்குத் தாயாகி
வெண்ணை திரண்டு வந்த பாண்டம் போல்
என்னைச் செய்து இங்கு நீ இறையாகி

குடத்திலிட்ட குங்கும தீபம் போல
இந்த ஜடத்தை இழுத்து நீ தேரோட்டி
படத்தைக் காட்டி எமக்குப் பாலூட்டி
பசித்த வேளை வந்தெமக்கு அமுதூட்டி

வெறும் பிணத்தை எழுப்பி இங்கே பேச வைத்து
இருக்கும் ஐந்தில் இந்த பையை தைத்து
பிணக்கும் கணக்கும் உள்ளே வைத்து
பிறப்பும் இறப்பும் தலையில் எழுதி வைத்து

வழக்கும் தீர்ப்பும் இங்கு இதயத்திலிட்டு
வாசலில் பூட்டும் கதவும் நட்டு

களத்தில் ஆடு என கதையும் வைத்து
இந்த செருப்பைத் தைத்த மேலோனே

அண்டம் முழுதும் உன் மூச்சு
அகிலம் கோடி அகண்டதாச்சு
இந்தப் பிண்டம் எரித்து விளையாட்டு
இந்தப் பிறையில் தூங்கும் உன் மூச்சு

எந்தப் பறையில் இனி நான் பாட
உனைச் சந்தத் தமிழில் சொல் சேர்க்க
விண்ணைக் கடைந்து வெண்ணை உருக்குவோனே
என்னைக் கடைந்து நீ தமிழ் தந்தாயே

முன்னைப் பிறவி இழுக்கில்லை
இந்தப் பிறவியும் அழுக்கில்லை
உன்னை அடைவதால் எப்பிறவியும்
இனிக்கும் இனிக்கும் இனித் தயங்கேனே

229. பரி பூர்ணனே

அவன் பூர்ண மது வாகி
மெய் பூர்ண நிலையாகி
உய் ஒளி யது வாகி
உள் தேய்ந்து நிலவாகி
உண்மையின் பூர்ணமே
நிலையா நிலைமேல்
நின்றாடும் பரி பூர்ணனே
கலையா தவம் மேல்
கண்ணின் ஒளி போலெனைக்
காக்கும் பரம்பொருளே

230. முதற் பொருளே

உள்ளமே உருகக்கண்டேன் உன்னெழில் உளம் புகுந்தே
வெள்ளமே விரையக்கண்டேன் வெந்தணல் வேதம் கொண்டே
பள்ளமே பிள்ளை நின்ற பாட்டது தமிழே நீ பற்றறு முதற் பொருளே
பெற்றது காணார் வையமே சுகம்வரப்பெற்றது ஆகுமோ நின் போல

231. தீபச்சுடர்

தோன்றாத் தோன்றியன் தோடுடைய செவியன்
தந்தை தாய் மேவியன் தன்னையே தருபவன்
சுட்டதாய் நீறு போல் சுடரும் காட்டி என்
விட்ட தாய் நெஞ்சு போல் விரும்பியே அணைத்தவன்

பெற்ற தாய் பெயர் அறியோம் உண்மையில் உலகறியோம்
கற்றதாய் கணக்கெழுதி கணபதியை வாழ்த்தறியோம்
கம்பனாய் கவி எழுதி கரும்பின் திருவடி மறந்தோம்
வம்பனாய் வாழ்வதற்கே வசைச்சொல் எடுத்தெறிந்தோம்

உற்றதாய் உறவிருக்க உலகில் மயங்கி நின்றோம்
ஊமையன் பாட்டிலொரு உட் செய்தி மறந்துவிட்டோம்
உமையை இடம் இருத்தி இணைந்த சிவம் யார் அறிவார்
பகைவனுக்கு பால் ஊற்றி பட்ட துன்பம் தீராதோ

அஞ்சிலே குடை பிடித்து அஞ்சுக்குள் ஒருவனை
மிஞ்சவே மிளிர்ந்து நின்ற மேற்பரன் ஜோதியனை
அன்பிலே உருகி நின்று அகிலம் ஆக்கியவனை
நெஞ்சிலே பிடித்து வந்து நெடு மூச்சு அற்றோமே

மாசற்ற சுடர் தன்னில் மது இருக்கு கண்டீரோ
பேச்சற்ற வெளிதன்னில் பெயரில்லை கண்டீரோ

புறம் கெடுத்த பால்காறன் அறம் நிற்க சொல்கிறானே
அகம் கெடுத்த நெஞ்சில் இல்லை விளங்குகின்ற தீபச்சுடர்

232. ஆனந்தமானது

ஆனந்தமானது உள்ளுக்குள்ளே
அவர் ஆடிய பாதங்கள் தன்னுக்குள்ளே

கட்டியகோட்டை இடியுது நெஞ்சுக்குள்ளே
முன்புகட்டிய கோவணம் உரியுது காரணம்இல்லே

தினம் ஆடிய கூத்துக்கள் நாடகமே
நின்று விளையாடிய பேருக்கு வெளிச்சம் அல்லே

பாடிய பாட்டுக்கள் சொந்தம் இல்லே
பரன் ஊதிய மெட்டுக்கள் தாளம் இல்லே

காரணம் கொண்டது அன்பும் இல்லே
காரண காரியம் செயலும் அல்லே

வாமனன் நின்றது வானுக்குள்ளே அன்று
தானமும் தந்த பின் தாகம் எங்கே

சட்டென்று ஊதிய பையுக்குள்ளே
சில நாகங்கள் ஆடுது நம்முக்குள்ளே

விட்டுத்துரத்தி ஓடுவோமா அதுக்கு

வீடு கட்டி நாம் பூஜை செய்வோமா

பட்டப்பகலில் சிலர் இருட்டுக்குள்ளே இங்கு
நட்ட விதையை தினம் நாடுவாரில்லே

மெல்லப் பிடிச்ச மேலறையோ
தினம் கள்ளைக் குடிச்ச தவறணையோ

சொல்லத் துடிக்கிற நாவடக்கி
சொற்ககளின் இருப்பிடம் யார் அறிவார்

நந்தனின் நாயகன் நாமுமல்லோ உள்ளே
பந்தங்கள் ஆயிரம் சாயுமல்லோ

விட்டது தொட்டது தான் துலங்க
விடு தலை ஆகியது துன்ப இன்பமல்லோ

திட்டுற வார்த்தையில் தீர்த்தம் என்ன
தினம் கொட்டுற பறையில் தாளம் என்ன

நிக்கிற வேந்தனின் நெய் விளக்கு அது
நித்தமும் எரியுது நீ துலக்கு

தன் தன் தாதின தன் தன்னா
தித தன் தன் தாதின தன் தன்னா

233. தாங்கும் உயிரே

உள்ளூர உணர்ந்தறியேன்
உயிர்க்காற்றின் பெயர் அறியேன்
மெய்யூரின் வழி அறியேன்
மெய்ப்பாட்டின் பொருள் அறியேன்

கள்ளூறும் கனிக்கொடியே
உள்ளூரும் இனிக்கும் படியே
நல்லூரில் நமக்கு வழியே
நாவாடும் நற்றமிழ் சிறப்பே

சொல்லூரில் சிறந்த தமிழே
தன்ஊரின் தனித்த குருவே
இடையூறில் காத்த கவியே
என்னூரில் எனக்கு மருந்தே

தேனூறும் வெளிக்கு விருந்தே
தேரோடும் இருக்கும் நிழலே
யாரோடும் இருக்கும் இசையே
யார் காணா தனித்த பிறையே

பார் போற்றும் பாதச்சுவடே
பார் தேடா பெரு பேறே

பார் நாளும் காத்த கரும்பே
பாராரும் தாங்கும் உயிரே

234. பற்றுன் மேலே

பற்றிடப் பொருள் இலா பற்றுன் மேலே
பகலிரவு நினைந்துன்னை கவருமாசையேன்
பற்குண கொடி மின்னல் பகலும் தமிழும் தேன்
முற்குண ஆசையினால் முகுந்தா உன்பாதம் தொழுகவோர்
முதிர்ந்து நின்ற கனியைநான் மோகம்கொண்டதேன்

இனி எத்தவம் இனிக்குமய்யா குறைவிலா துயிர்கள்வாழ
குவிந்த கோடி சரணம்பொய்யோ பொய்யிலா புனலும்நீ
பொழியுமுன் கருணை மேலே மாயை மிதந்த கப்பல்போல
நித்தம் ஆடி சித்தம் வளர நெஞ்சுருகி நின்பார்வை நிதம்தொழு-
வோமே

235. தெளிவு

தெளி வுன்னுறவு வறிவுன் வரவு
மதி யுன்னகவு மார்க்க முன்கதவு
கதி யுன் னடைவு காப்புன் தயவு
சரண் நின் பாத சுக மென் சுரப்பு

இர வுன் படைப்பு பகலுன் பிறப்பு
வரு முன் காக்கும் உன துன் சிறப்பு
தளும் பும் குடத்தில் தவழும் சிரிப்பு
அரு ம்பும் மலரில் அசையும் இருப்பு

துரும் பும் பெரிது இரும் பு மிளகு
புரி ந்தும் பிறகு புக ழும் தவறு
அருந் தும் தமிழும் அழ குன் விருந்து
அழ குள் கிடந்து அவிழும் பருந்து

நி னைவுன் நடப்பு நடந்தால் களைப்பு
நட ப்பதில் நீயே சுவடு கள் பதிப்பு
சிறப் புகழ் தாங்கும் சிகர முன்காணார்
திரு புகழ் அணியும் திருப் பாதமறியார்

எதை வென்ற போதும் தனை வெல்ல மறந்தார்
துணை வந்த போதும் காத்திட பயந்தார்

கரு நின்ற நிழலில் ஒதுங்கிட முயன்றார்
விதி வந்த போது கலங்கிடக் கிடந்தார்

நதி யறி பாதை நடந்திடும் நலமே
சுழி வரும் வேளை மீன் பிடி தவறே
கலி வரும் நாளில் கதிர் வரும் முறையே
கலங் கிடல் அறிவோ மயங் கிடல் அழகோ

236. இன்று

நன்று நன்று நீயிருப்பது நன்று
வென்று வென்று நீ குவிப்பது வென்று
குன்று குன்று நீ குடியிருப்பது குன்று
கன்று கன்று கற்க வைப்பது நன்று

ஈன்று ஈன்று இங்கு தந்தது நன்று
சான்று சான்று நீசரியென்பது சான்று
போன்று போன்று கோலம் போன்று
இன்று இன்று இன்றிருப்பது இன்று

237. குருவடி

பொன்னடியோ பொதுவடியோ நின் திருவடி
புதுவடியோ பூவடியோ நின் பெயரடி
ஓரடியோ ஓமடியோ உன் உணர்வடி
உலகடியோ வெளியடியோ நின் கதவடியோ

தெளிந்தடியோ திருந்தடியோ தேனடியோ
மறந்தடியோ மரம்தடியோ நிலவடியோ
நாம் மறந்தடியோ நடந்தடியோ நல்லடியோ
நோக்கடியோ நெருவடியோ குருவடியோ

குலவடியோ குகவடியோ குதியடியோ
கேளடியோ பாரடியோ பகலடியோ
பகரடியோ புகழடியோ பிறவடியோ
இறவடியோ இறையடியோ உயிரடியோ

மதியடியோ மனையடியோ நின்மடியடியோ
மகவடியோ உறவடியோ அன்படியோ
சொல்லடியோ சுடரடியோ நில்அடியோ
பிறப்படியோ காப்படியோ இறப்படியோ

நடப்படியோ இருப்படியோ உருப்படியோ
தேர்ப்படியோ தோப்படியோ தோளடியோ

தென்படியோ தெம்படியோ தேம்படியோ
வம்படியோ முன்படியோ நம்படியோ

யாரடியோ நீயடியோ நானடியோ
நீ திறக்க நான் பாடும் தமிழடியோ
நீ சிறக்க நான்தேயும் திருவடியோ
மெய்யிருக்க மெய்பாடும் முதலடியோ

238. ஒளியான்

பெருகும் இன்பத்து வெள்ளானை
பெயரிட்டு அழைப்போம் உள்ளானை
கதையிட்டு கருத்தோடு காப்பானை
கண்நின் றோங்கும் மெய்யானை

எதையிட்டும் இங்கு ஏங்கானை
எழுத்தின்றி இயங்கும் பொய்யானை
உலகெங்கும் இங்கு படைத்தானை
உள்ளதை உள்ளபடி பார்ப்போனை

உள்ளத்தில் ஒளிக்கும் கள்ளானை
உணரவும் கிடைக்குமோ பொன்னானை
பள்ளத்தில் கிடக்கவோ அரியேனை
வெறும் பாட்டினில் ஆட்டவோ இவ்வேனை

அஞ்சின்றி இயங்கா உடலானை
அரு மருந்தென்று காப்போமே அம்மானை
பெண் இன்றி இயங்காப் பெரியோனை
இங்கு முன்னின்று அறியாரே ஒளியானை

239. சீரடி பெருமான்

சீரடி பெருமானே போற்றி
சிறப்பளிக்கும் சீமானே போற்றி
சுரந்த நல் ஊற்றே போற்றி
சுகம்தரும் பாபாவே போற்றி
சற்குரு நாதனே போற்றி
சிவகுரு மைந்தனே போற்றி
ஆழ்வினை அகற்றுபவனே போற்றி
அகண்ட நல்லறிவே போற்றி
திருச்சுடர் தரும் வாழ்வே போற்றி
நின் திருவடியே இரண்டும் போற்றி
நல்லடியார் வணங்கும் மூர்த்தி போற்றி
நற்பவி அருள்பவன் போற்றி
நால்வேதம் கொண்டவன் போற்றி
நற்கருணை கொண்டவன் போற்றி
நமசிவாயனே போற்றி
நமதுயிர் காப்பவனே போற்றி
மரணம் வென்றவனே போற்றி
மங்களம் அருள்பவனே போற்றி
திங்கள் சூடியவனே போற்றி
துதிப் போர்க்கு அருள்பவனே போற்றி
கதிப் பேறாய் வந்தவனே போற்றி
கங்கை அணி முதல்வனே போற்றி

சிரம் குவிந்த சிவகங்கை போற்றி
புரம் எரித்த பரக்கொழுந்தே போற்றி
புண்ணியத் தலமே சீரடி போற்றி
புரிந்தவர் வாழ்வில் அருள்பவர் போற்றி
புண்ணிய சீரடி பாபா போற்றி போற்றி
இதைப் படிப்பவர் வாழ்வில்
விலகட்டும் துன்பம் போற்றி போற்றி

240. சிவசெல்வராஜா

இறவாமல் பிறவாமல் இருந்த தவ இறையே
கல்லாமல் கேளாமல் காட்டிய குருவே
கொள்ளாமல் இல்லாமல் கோவறிந்த அரசே
கோவில் உள்ளே நீ வெளியே யென உரைத்த பதியே
பம்பரம் நிற்க என் பரம் காட்டினாயே கனியே
என் கடன் தீருமோ உன்னுடன் சேருமோ
குரு காட்ட உரு எடுத்தேன் குல நாதா
கும்பிட்டு மடிகிறேன் குரு சிவ செல்வராஜா
கோடியில் ஒருவனாய் கொடுத்த வரம் தாள் பணிந்தேன்
போற்றி போற்றி யென் குருவே போற்றி
வாழ்த்தி வாழ்த்தி வள்ளலார் வரமே போற்றி

241. ஆதிசங்கரர்

ஐம் பூத அருக்குழம்பு ஆதி சங்கர உருப்பிறப்பு
பொய் உலகு பிரித்துவிட மெய் சுழலும் ஒளி புரிவாய்
ஒளியும் கடந்து கருக் காண்கையில் உன் தேகம்
ஒடுங்கி ஓம் எனும் ஓம்காரம் உணரப் புரிவாய்
ஒருவே குருவே உண்மை தனியே உலகில் இனியே
பிரம்மம் பழசே என்று பதில் தெரிவாய் பந்தங்களில்
உழலும் பவித்திர மனிதனே சிந்தை ஒடுக்கினால் !

242. அரங்க மகா தேசிகா

பாயும் பரந்த ஜோதியே
பார் அந்த அண்டமும் கடந்த
சுவாமி அரங்க மகா தேசிகா
பரந்தாமா இரந்து வேண்டுவோர்
துதி ஏற்று விதி சொல்லும்
தாய் சேய் மனித கணங்கள்
கரையேற்றும் கருணையே போற்றி
என்னொளியே நின்னுருவே
நிலைக்கட்டும் நின் ஜோதி

243. தமிழ் பாசுரம்

ஆடித்துதித்தது கண்டீரோ இங்கு
பாடித்துதித்தது பார்த்தீரோ
கூடிக்கலந்தது களித்திரோ இங்கு
கூழைத்தனியே சுவைத்தீரோ

தேடித்திரிந்தது தெரிந்தீரோ தினம்
வாடித்திரிந்ததை அறிந்தீரோ
நாடிக்கலந்ததை நட்டீரோ தினம்
நள்ளிரவில் பள்ளி போனீரோ

பேசித்திரிந்ததை பெயர்த்தீரோ இங்கு
கொல்லையில் நட்டு அதை வளர்த்தீரோ
பிறைச் சந்திரனைக் கண்டு தைத்தீரோ தினம்
சூரிய விம்பத்தில் நேசத்தை வளர்த்தீரோ

ஆதியில் இருந்ததை அறிவீரோ இங்கு
அநாதியில் ஆனதை விட்டீரோ
பாதியில் உறங்கியே பகர்ந்தீரோ தினம்
தமிழ் பாசுரம் கண்டே தளர்ந்தீரோ

சோதியில் சூட்சுமம் அறிந்தீரோ இங்கு
சொற்களைத் தாண்டவும் நினைத்தீரோ

மேவிக் கலசத்தில் அமர்ந்தீரோ அங்கு
மௌன விளக்கைகண்டு கொண்டீரோ

கோடியில் ஒருவனைக் கண்டீரோ தினம்
கோழையாகிக் கிடந்து உழன்றீரோ
கொட்டும் மழையைப் பார்த்தீரோ அங்கு
கோமானின் பெருங்கொடை அறிந்தீரோ

அத்தி பூத்ததை கண்டீரோ இங்கு
தத்தித் தாவியதை தெரிந்தீரோ
புத்தி பேசியதை அறிவீரோ இங்கு
புதைகுழியும் மேடும் அறிவீரோ

குருவைப் பணிந்து நீர் போற்றினீரோ இங்கு
தெருவில் தனி நடந்து பிச்சை கொண்டீரோ
அருவைக் கடந்து இங்கு வந்தீரோ தினம்
அன்பினில் பக்தியில் கை வணங்கி நின்றீரோ

கல்லைக் கரைக்கும் தமிழ் கண்டீரோ தினம்
கற்பனையில் கப்பல் விட்டீரோ
சொல்லைத் துடைக்கும் சோதி அறிவீரோ தினம்
சொர்க்கத்தில் இருப்பவனை தெரிந்தீரோ

நல்லைக் குமரனை அறிவீரோ இங்கு
புத்தகம் காடென தெரிந்தீரோ
கள்ளக் குமரனைக் காத்தருளும்
இந்தச் செல்வக் கிழவனை தமிழ் புணரும்

தத் தத் தாதின தந்தானா தத் தத்
சோதின தந் தந் தான் தானா
தித் தித் தேதின தென் தமிழா தடை
தீர்ந் தின தேர்வர நின்றானா

244. தமிழோடு தமிழ்நாடு

எங்கும் பரந்த எழில் உருவே
எதிலும் நிறைந்த நின் அருளே
இங்கும் அங்கும் இறை பேச்சோ
இசையும் வேதமும் உன் மூச்சோ

பண்பும் பாங்கும் விஞ்சும் அருளும்
நெஞ்சம் நீங்கா நித்திய குகனும்
அஞ்சும் அறிவும் மிஞ்சும் பொருளும்
ஆடி நின்ற அகத்திய ஒளியும்

விண்ணும் மண்ணும் விளைந்த மறையும்
சொல்லும் பேச்சும் சூழ்ந்த தமிழும்
கல்லும் மலையும் கரைந்த இறையும்
காடும் மேடும் காட்டும் கனிவும்

கவியும் பாட்டும் காணும் உனையும்
செவியும் கேட்கும் ஊமையின் இசையும்
குருடனும் காணும் அகத்தின் ஒளியே
கும்பிடக் கூடும் குடத்தில் அருளே

பாட்டும் பரதமும் ஏடும் கல்வியும்
சொல்லும் தமிழும் போற்றிய வேதமும்

வில்லும் போரும் சொல்லும் சத்தியம்
வேந்தன் உன் பாதம் வீழும் ஆணவம்

கனியும் கொடியும் உந்தனின் பாட்டோ
காதலும் அன்பும் உருகிய கருவோ
கண்ணனின் குழலும் காணும் மறையே
எந்தனின் பாட்டும் தேடும் உனையே

எங்கும் நிறைந்த பரம்பொருள் அழகே
எறும்பையும் காக்கும் உந்தன் அருளே
எண்ணவர் விண்ணில் இறைஞ்சும் உடையே
மண்ணவர் போற்றும் மதுரனின் மாண்பே

கற்றவர் பெற்றவர் கண்டவர் காத்தவர்
பெற்றவர் பேறவர் தாண்டிய பேரருள்
முற்றிய கனி நீ மூத்த பரம் நீ
பற்றிடக் கரைந்தேன் பரமென வாழ்ந்தேன்

முத்திடச் சிப்பியும் முனகிடும் வேதமும்
கூட்டிடைக் குருவியும் கொண்டிடும் கோலமும்
வித்திடை வேந்தனின் விண் கோடி படைப்பும்
காத்திட காத்திட கண்ணோடு காத்திட

போற்றிட போற்றிட பரன் செயல் போற்றிட
பற்றிட பற்றிட பரம் காக்கும் அறியே
ஹரியும் அரியும் காணேன் அறிவே
காப்பும் கவசமும் கண்ணனே அறியே

மூப்பும் பிணியும் வாராது காணே
முதலும் முடிவும் இல்லைக் கவனே
மெய்யுணர் தாயுணர் காண்பாய் குகனே
போற்றவன் தாள் பணி பொற்றவன் திருவடி

குகனே குகனே மேலோங்கு
குடிகள் நலம் காண குணம் காட்டு
அரசன் நலம் ஆள என் பாட்டு
அமையும் தமிழோடு தமிழ்நாடு

245. பொங்கல்

செங்கரும்பு சாறு வெல்லம்
வெண்பசு நீரு பால்
செங்கதிர் மணி அரிசி
சேர்த்த மண் பானை

அக்னி மேல் எழும்ப
மண்பானை
நீர் கொதிக்க
காற்று நுரையாக
ஆகாய விருந்தேல்லோ

ஆதிக்குள் ஆதி சூரியனாம்
யாருக்கும் வேதம் ஓதியவனாம்
எங்கும் நிறைநின்ற
திக்கெட்டும் திகம்பரனார்

ஏழ்குதிரை பூட்டி
எழுந்து வந்த செங்கதிரோன்
வாழ் கடலில் திசை அற்ற
வந்த ஆன்மா போயடைய

வாழ்த்த வந்த உயிர்கள் எல்லாம்

பயிர்கள் போல் பலமடைய
பரந்தாமா கருணை செய்
விருந்தான பொங்கல் ஏற்று

ஓம் சூர்ய சூர்ய சூர்ய
சுடர் வாழ்க இடர் தெறிக்க
ஆதிய அக்னி அரு மருந்தே
பகவே அரு உருவே பகலே நீஉருவே
பதி நின்றருள்க

246. இனியதன்றோ

சொல்லும் தமிழும் இனியதன்றோ உனைப்பாடயிலே
அல்லும் பகலும் அயராதுன்னை இங்கு அணைக்கையிலே
முன்னும் பின்னும் புவி பிறந்திங்கு உழல்கையிலே
எழுத்தைந்தும் அகலாய் என் உயிர் காக்கையிலே
விழுந்தும் நடந்தும் நினைத்தும் மறந்தும் நாடகத்திலே
நின் துணையை தவிர்த்தெங்கு போவேன் மயிலே
கல்லும் உருகி கலியில் இங்கு கவி பாடயிலே
உன் நெஞ்சும் உருகும் வகையை அறியேன் பரனே

247. உயிரெழுத்து

அகத்தியன் உணர்ந்த மொழி
ஆகாயம் பேசும் மொழி
இயல்பில் இருக்கும் மொழி
ஈன்றவள்க் கிணையான மொழி
உணர்வில் பிறந்த மொழி
ஊழியின் உதய மொழி
எழுத்தின் உயிர் ஒலி
ஏட்டின் முதல் மொழி
ஐயம் அகன்ற மொழி
ஒரு அரு உரு ஆகும் மொழி
ஓமில் அடங்கிய பிரணவ மொழி
ஔவையின் அன்பு மொழி
ஃ மதில் அடங்கிய மொழி
அதுவே உன் தமிழ் மொழி

248. முத்தமிழ்

தேவருக் கமுத மாம் தேன்தமிழ்
அந்த நால்வருக் கமுதமே மென்தமிழ்
சோதிக் கினியதே சுந்தரத் தமிழ்
திருச் சிற்றம்பலத் துக் கிணையே தென்தமிழ்
மெய்ப் பொருள் விசையே வெண் தமிழந்த
விந்தின் இசையே முடிவிலா முத்தமிழ்

249. இன்பத் தமிழே

அமுதினுமின்பத் தமிழே
அன்பினில் விளைந்த மொழியே
ஆதியிலமர்ந்த ஓசையே
இறையும் போற்றிய மொழியே
ஈசனும் கேட்ட சுவையே
உலகு ஈரேழுலவும் தமிழே
ஊஞ்சலோநீ உயிர் மெய் உணர்வே
எங்கும் நிறைந்த நிர்மல இசையே
ஏகமும் பிறந்த ஓசையின் கருவே
ஐயமும் முண்டா ஆனந்தத் தெளிவே
ஒன்பது வாசலுள்ளிருக்கும் ஓங்காரமே
ஓமில் அடங்கும் ஒப்பற்றொரு மொழியே
ஔவையுமுண்ட அருஞ்சுவையே
ஃ மந்திரமே முக்கண்ணே !

250. தமிழெனும் தேன்

செந்தமிழ் போற்றும் சிவன் குலத்தோன்
முன் தமிழ் இயற்றிய முதல் குலத்தோன்
பைந்தமிழ் பாடிய பண் குலத்தோன்
வெண் தமிழ் இயற்றிய விண் குலத்தோன்
முத்தமிழ் ஆகிய முடி குலத்தோன்
எத்தமிழும் இறைஞ்சிய இறை குலத்தோன்
என்னிடம் கொட்டிய தமிழெனும் தேன்
இனிப்பதுன் அன்பெனும் தேன் இறைவா
தமிழைப் பாயவிடு தரணியெங்கும் அன்பை
தேயாமல் தேன் போல ஓட விடு

251. தமிழமுது

அமுதும் தமிழும்
அமர்ந்த ஒளியே
ஆடலும் பாடலும்
இறைந்த கருவே
இருப்பதொன்றும் நீயாய்
ஈசனும் நீயாய்
உலவிடும் தத்துவம்
ஊமையாகுமோ இறைவா
எண்ணெய்யில்லா சுடர்
ஏதுமில்லா வளர்ந்ததுவே
ஐந்து பூதத்தில் ஆடியதே
ஒரு குன்று உன் வீடு
ஓம் என்பதே உன் பாட்டு
ஔ அகேனம் அதற்குள் அடங்கினாயா

252. தமிழே நிதம்

நினைந்தே யுணர்ந்து நினைவிழந்து
நித்தமும் மறந்தே புணர்ந்து மதியிழந்து
கடந்தே வாழ்வில் கடன் மறந்து
துதித்தே மதித்தே நின் தொல்லிய நாமம்
திரு நமச்சிவாய வென்றே வாழ்வேன்

அருந் தேன் நீ யென்று அருகிருந்து
வருந்தேன் ஓர் பொழுதும் நீ யிருக்க
வடிவேன் வேல் கொண்டு நீ காக்க
விழி நீரேன் நீ நிதமும் வினை அறுக்க

பிறப்பேன் இறப்பேன் பராபரமே
பிறந்த சிறப்பும் வாழ்வும் நினை யுணர
நினைவின்றிக் கடந்தேன் கலை யுணர
கண்டேன் திருப்பாதம் காலனை வெல்ல

தமிழேன் தந்து நீ சிறப்புற்றாய்
தாழ்ந்தே வணங்கி நான் ஆழ்ந்தேன்
தமிழே நிதம் என்னை நீ காக்க
சிவமே தினம் தோறும் என் நா பூக்க

253. சிவ மொழித்தமிழ்

மொழியென்னும்
இசை
வழி வந்த தமிழ்

இறையென்னும்
குரல்
வழி வந்த தமிழ்

அனைத்தும்
அடங்கிய
அழகிய தமிழ்

அருஞ்சுவை
பொருந்திய
பேரண்டத் தமிழ்

ஆதி சக்தி
அரு மூச்சு தமிழ்

அகத்தியன்
ஆக்கிய
பெரும் பிண்டத் தமிழ்

குண்டொளி
குதிக்கின்ற
கும்பிடும் தமிழ்

குண இயல்பு
காட்டும்
கொற்றவன் தமிழ்

கோணத்தில்
நின்று
அண்டம் ஈர்க்கும் தமிழ்

பொய்யும்
மெய்யும்
புனைகின்ற தமிழ்

முருகனை
செதுக்கும்
முற்றிய தமிழ்

மூ ஆறு தோன்றும்
நா காக்கும்
நற்றமிழ்

சர ஐஸ்வரியம்
பொருந்திய

சங்கீதத் தமிழ்

சரஸ்வதியே
நின்றாடும்
ஐம்புலத்தமிழ்

சங்க காலம்
வாழ்ந்த
முன் காலத் தமிழ்

சங்கு நாத
ஓசையில்
ஓடி உயிர் எடுத்த தமிழ்

சரவணன்
வேலில்
சாரம் என நின்ற தமிழ்

அஞ்சினார்க் கபயம்
ஐந்து மணித் தமிழ்

அறிவோடு
அடங்கும்
ஆறு மொழித் தமிழ்

அன்பாம்
கருணையில்

அரும்பாகிய தமிழ்

துரும்பாம்
பல மொழியில்
தேங்கி நிற்கும் தமிழ்

உன் அகத்தே
அருள்கின்ற
உன் இறையாம் தமிழ்

உணர்வுள்ள
மாந்தருக்கு
அக மருந்தாம் தமிழ்

ஊறுகின்ற
மனத்திரையில்
ஓதி நிற்கும் மெய்பொருள் தமிழ்

பாடி நின்ற
குலத்தொழிலில்
பரவசமாம் பசும் தமிழ்

தேடி அது
விண்ணகத்தே
தேவரும் விரும்பும் தமிழ்

நாடி அது

வந்து விட்டால்

நடுவில் குதிக்கும் தமிழ்

கோடி கூட

கொடுத்தாலும்

நஞ்சுள்ள நாவில் நிற்காது தமிழ்

வித்தகமே

பாடினாலும்

விசைக்குள் அடங்காது தமிழ்

தமிழால்

தமிழையே

அளக்க முடியாத தமிழ்

தரணியில்

தேவர் மொழி தமிழ்

தவழ்கின்ற

இயற்கையெல்லாம் தமிழ்

தமிழ் தந்த

புலவன் அன்று

பரப்பிரம்பம் மொழி தமிழ்

மருந்தென்று

யான் சுற்றும்

மந்திரமும் தமிழ்

மங்காமல்
நிலைத் திடவே
சங்கெடுத்த கிருஷ்ணன் தமிழ்

சிவ பூமியில்
சிரம் கொண்டார்த் தமிழ்

சிவ சிவ என்றுரைக்க
சிதறி விரியும் தமிழ்

பேரின்ப எல்லையில்
யாரும் உரைக்காத தமிழ்

பிறந்தால் தமிழ் என்று
பிரிய வேண்டும் உயிர்
இறுதியில் தமிழ்

பிறர் கொடுத்து
வாராது
பிள்ளைத் தமிழ்

அவன் கொடுத்து
சிறப்பதே
அம்மைத் தமிழ்

உதயகுமார் காங்கேசந்துறை

அவனியில் சிறக்கட்டும்
அவன் எழுதிய தமிழ்

பரிபூரணா
பகிர விட்டாயே
இந்தப் பசுந்தமிழ்

பல்கோடி வாழ்க
நன்றோடி விரிக
நலம் தரும் சிவ மொழித்தமிழ்